विनोदाचे
महामंत्री

नि. आ. बुवा

विनोदाचे महामंत्री

वि. आ. बुवा

दिलीपराज प्रकाशन प्रा. लि.

२५१ क, शनिवार पेठ, पुणे - ४११०३०.

विनोदाचे महामंत्री
Vinodache Mahamantri

प्रकाशक
राजीव दत्तात्रय बर्वे
मॅनेजिंग डायरेक्टर
दिलीपराज प्रकाशन प्रा. लि.
२५१ क, शनिवार पेठ, पुणे ४११ ०३०

© वि. आ. बुवा

प्रथमावृत्ती - १५ सप्टेंबर २०१०

प्रकाशन क्रमांक - १८३२

ISBN- 978-81-7294-838-2

मुद्रक-
Repro India Ltd, Mumbai.

टाईपसेटिंग
पितृछाया मुद्रणालय,
९०९, रविवार पेठ, पुणे - ४११ ००२

मुखपृष्ठ - सुहास चांडक

Website: www. diliprajprakashan.com
Email: diliprajprakashan@yahoo.in

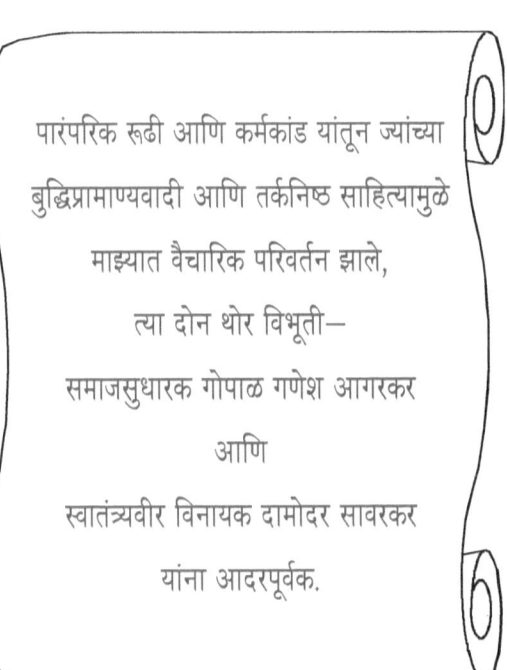

पारंपरिक रूढी आणि कर्मकांड यांतून ज्यांच्या
बुद्धिप्रामाण्यवादी आणि तर्कनिष्ठ साहित्यामुळे
माझ्यात वैचारिक परिवर्तन झाले,
त्या दोन थोर विभूती—
समाजसुधारक गोपाळ गणेश आगरकर
आणि
स्वातंत्र्यवीर विनायक दामोदर सावरकर
यांना आदरपूर्वक.

- अनुक्रम -

१)
विनोदाचे महामंत्री

विनोदाचे महामंत्री रमेश मंत्री यांचं गुरुवारी (ता. १८ जून १९९८) रात्री निधन झालं. अतिशय लोकप्रिय असलेलं उमदं व्यक्तिमत्त्व काळाच्या पडद्याआड गेलं. मंत्री यांना तसं पाऊणशे वर्षांचं आयुष्य लाभलं होतं. शेवटची विकलांगावस्थेतली चार-पाच वर्षं सोडली, तर मंत्री यांचं डोकं, हात आणि पाय सतत चालू असत. डोकं आणि हात यांचा विचार करणं आणि लिहिणं या क्रियांमुळे सतत परस्परसंबंध असे. जोडीला मंत्र्यांचे पायही राज्यभर, देशभर, जगभर भ्रमंती करून आले होते. 'केल्याने देशाटन पंडित मैत्री सभेत संचार'मुळे माणसाच्या ज्ञानात भर पडते, याचा साक्षात पुरावा म्हणजे रमेश मंत्री. जिथं जातील तिथं सगळं काही चौकसपणे मनात टिपून ठेवायचं, त्यावरून लेख-पुस्तकं लिहायची, हा उद्योग रमेश मंत्री वर्षानुवर्षं करत होते. गाईला प्रदक्षिणा घातली की पृथ्वीप्रदक्षिणेचं पुण्य लाभतं (म्हणे), त्याप्रमाणे मंत्री यांची प्रवासवर्णनाची आणि देशोदेशींच्या माहितीची पुस्तकं वाचली की, घरबसल्या जग फिरून आल्याचा शहाणपणा अंगी आल्यासारखं वाटतं.

रमेश मंत्री मूळचे कोल्हापूरचे. मूळ आडनाव कुळकर होतं. परंतु भाग्यात मंत्रिनामाचा (पदाचा नव्हे) योग होता. दत्तक गेल्यामुळे ते मंत्री झाले. दत्तक वडिलांचं नावही योगायोगानं 'राजाराम' होतं. त्यामुळे वडील 'राजा' आणि रमेश 'मंत्री' असा योग जुळून आला. दि. ६ जानेवारी १९२५ या दिवशी त्यांचा जन्म झाला. मराठी विषय घेऊन ते एम. ए. झाले. नंतर

लंडनची 'डिप्लोमा इन जर्नालिझम' ही पत्रकारितेची पदविका त्यांनी मिळवली. मंत्री साहित्यिक म्हणून प्रसिद्ध असले तरी त्यांची व्यवसायाची सुरुवात पत्रकारितेतून झाली. प्रारंभी त्यांनी 'सकाळ', 'केसरी', 'प्रेस ट्रस्ट ऑफ इंडिया'मध्ये वार्ताहर म्हणून काम केलं. कोल्हापूरच्या 'पुढारी' या दैनिकाचे सहसंपादक म्हणून १९५० ते १९५५ पर्यंत काम केलं. पुढे रमेश मंत्री मुंबईला आले. अमेरिकन सरकारच्या 'युनायटेड स्टेट्स इन्फर्मेशन सर्व्हिस' ('युसिस') या माहिती खात्यात १९५८ ते १९७८ अशी तब्बल वीस वर्षं नोकरी केली. तिथं ते अधिकारी होते. त्या काळात त्यांचा बराच प्रवास झाला. ते भारतभर तर हिंडलेच, परंतु परदेश प्रवासही त्यांनी पुष्कळ केला. इंग्लंड, हॉलंड, जर्मनी, युगोस्लाव्हिया, इटली या युरोपीय देशांत मंत्री खूप फिरले. तिकडे पूर्वेकडे जपानलाही जाऊन आले. अमेरिकेला तर ते पाच वेळा जाऊन आले.

रमेश मंत्री यांच्या पायांना जणू अदृश्य चाकंच होती. ही चाकं गतिशील होती. अलीकडच्या काही वर्षांपूर्वी रमेश मंत्री यांनी एक आगळी-वेगळी कल्पना काढली होती. मराठी साहित्यिकांत मुद्दाम होऊन कुणी अशी कल्पना काढली नव्हती. नुसती कल्पनाच नव्हे, तर ही कल्पना त्यांनी सत्यसृष्टीत उतरवून दाखविली.

मुंबई आणि मुंबईच्या परिसरात पुष्कळ साहित्यिक असले तरी ते कुठे कुठे, दूर-दूर विखुरलेले असतात. त्यांना आठवड्यातून एकदा एकत्र आणण्याचा उपक्रम श्री. मंत्री यांनी केला होता. मुंबईतील गिरगाव विभागात असलेल्या 'मुंबई मराठी साहित्य संघा'त अनेक साहित्यिक काव्यशास्त्रविनोद, चर्चा, गप्पा वगैरेंसाठी जमत असत. मंत्री यांनी मध्यंतरी एक 'अभिरूप न्यायालय'ही सुरू केलं होतं. चार प्रसिद्ध मराठी विनोदी लेखकांवर चार महिला फिर्याद करतात. फिर्यादीचा विषय 'विनोदी लेखक स्त्रियांची विनोदाद्वारा निंदा-नालस्ती करतात', हा असे. अनंत काणेकर न्यायाधीश, चार सुशिक्षित महिला फिर्यादी आणि रमेश मंत्री, वसंत सबनीस, मी आणि बाळ सामंत हे आरोपी लेखक, असं हे अभिरूप न्यायालय त्या काळात फारच गाजलं. त्याचे बरेच प्रयोग झाले. चळवळ्या स्वभावामुळे साहित्य-क्षेत्रात काहीतरी करत राहावं, असं त्यांना वाटे.

देश-विदेशाचा भरपूर प्रवास, नोकरी, साहित्यविषयक चळवळी, मित्रपरिवार वगैरे गोष्टींतच खूप वेळ जात असणार, तर मग त्यांनी लिहिले तरी किती? 'किती' प्रश्नाचं उत्तर 'सॉलिड' आहे. पुस्तकांची शंभरी ओलांडून ते किती तरी पुढं गेले होते. रमेश मंत्री हे प्रामुख्यानं विनोदी लेखक म्हणून प्रसिद्ध आहेत. बहुसंख्य पुस्तकं विनोदी आहेत. तथापि 'महानगर', बाळासाहेब खर्डेकर यांच्यावर लिहिलेली 'अखेरची शिकार' ही कथा, या साहित्याचा बाज निराळा आहे. जेम्स बॉण्डवर

घेतलेला 'जनू बांडे'नं तर निराळाच विक्रम केला. मंत्री यांचं हे पुस्तक फारच गाजलं.

रमेश मंत्री एकंदरीत सुखवस्तू आयुष्य जगले. त्यांचं सर्वांशी जमायचं. त्यामुळे मित्रपरिवार मोठा होता. त्यांच्या चेहऱ्यावर नेहमी हलकंसं प्रसन्न हास्य असे. खासगीत गप्पागोष्टी करत असताना मंत्री किती मिस्कील आहेत, हे कळत असे.

रमेश मंत्री यांच्याविषयी आणखी एक महत्त्वाची गोष्ट सांगायची म्हणजे, ते पुणे विद्यापीठाच्या पीएच. डी. परीक्षेचे परीक्षक होते. रमेश मंत्री हे खरेखरच एक बहुआयामी व्यक्तिमत्त्व होतं. माझा आणि त्यांचा स्नेह पंचवीस वर्षांहून अधिक काळ होता. मंत्री नेहमी चार-चौघांसारखं वागायचे. दुरभिमान, शिष्टपणा वगैरे भुवया उंचावणारे गुण त्यांच्यात नव्हते. त्यामुळे ते खूप लोकप्रिय होते.

रमेश मंत्री यांच्या आयुष्यातला अत्युच्च सन्मान म्हणजे कोल्हापूरला भरलेल्या 'अ. भा. मराठी साहित्य संमेलना'चं अध्यक्षपद त्यांना लाभलं होतं. त्यांच्याच गावात त्यांना हा सर्वोच्च सन्मान प्राप्त झाला होता. साहित्य संमेलन पार पडल्यावर आपल्या अध्यक्षीय कार्यकाळात मंत्री यांनी एक अभिनव उपक्रम हाती घेतला. मंत्री यांच्या कोणत्याही उपक्रमाला चाकं लावलेली असायची. गावोगावी जाऊन, बरोबर गाडीत मराठी पुस्तकांचे गठ्ठे घेऊन ते लोकांना विकत घ्यायला लावण्याचं कार्य त्यांनी केलं होतं.

मराठी सारस्वतात साहित्याचं फार मोठं योगदान करणारे रमेश मंत्री यांना माझी ही भावपूर्ण श्रद्धांजली.

■

२)
२०२० मधील बृहन्मुंबई महानगर

'वाढता वाढता वाढे, भेदिले शून्यमंडळा' असं समर्थांनी हनुमंताचं वर्णन केलं आहे. डिट्टो हेच वर्णन मूळच्या 'मुंबई' या एकशब्दी नगराला लागू पडते. सन १६६८ मध्ये मुंबई बेट 'ईस्ट इंडिया कंपनी'कडे आलं. त्या काळची मुंबई सात बेटांची मिळून होती. मोठा कुलाबा, धाकटा कुलाबा, माझगाव, परळ, वरळ, माटुंगा आणि माहीम ही सात बेटं ती होती. प्रत्येक भाग खाड्यांच्या पाण्यानं अलग-अलग होता. समुद्र हटवून आणि दगड-मातीची भर टाकून सात बेटांची एकच एक सलग विशाल मुंबई करण्याची भन्नाट कल्पना ईस्ट इंडिया कंपनीमध्ये १६७० ते १६७७ या काळात नोकरीला असलेल्या जेराल्ड आँजिअर या उत्साही अधिकाऱ्याला सुचली. 'कंपनी'च्या खनपटीला बसून आँजिअरनं सलग एक मुंबई सत्यसृष्टीत आणली. प्रत्यक्ष मुंबई बेटाचा तो भाग आपण आजही 'मुंबई बेट' या नकाशात पाहतो.

त्या काळात जेराल्ड आँजिअरनं बाहेरच्या व्यापाऱ्यांना, लोकांना "या, या, या, इथं येऊन व्यापार, उद्योग-धंदा करा", असे आवाहन केले तेव्हा कुठून कुठून लोक येऊन स्थायिक झाले.

॥ इति आद्य-मुंबई इतिहास ॥

अगदी तसेच पुढं सुरू राहिलं. 'कुठून कुठून लोक येऊन इथे स्थायिक झाले', हे महावाक्य सतत सुरू राहिलं. सात बेटांचं अखंड मुंबई बेट माणसे, घरे, रस्ते, वाहने, गिरण्या, कारखाने वगैरे वगैरेंनी काठोकाठ, शिगोशीग, गच्च

भरल्यावर उपनगरांची लेकरं जन्माला आली. त्या सर्वांना दत्तक घेऊन नंतर 'बृहन्मुंबई महानगर' निर्माण झालं.

॥ इति बृहन्मुंबई २००७॥

आता आपण ख्रिस्ताब्द अर्थात इसवी सन २०२० मध्ये आलो आहोत. मुंबईची २००७ ते २०२० पर्यंतची 'प्रगती' बघून डोळे दिपून जातील. संपूर्ण देशाचा ओढा मुंबईकडे. जेराल्ड ऑंजिअरनं त्या काळात मुंबईबाहेरच्या लोकांना दोन्ही हात उंच करून "या, या, या" असं निमंत्रण दिलं आणि बाहेरचे लोक आले; तेच पुढं सध्याही सुरू आहे. इथून पुढं 'सध्या' म्हणजे इसवी सन २०२० हे लक्षात ठेवा. (विसरू नये म्हणून मधून-मधून कंसात (२०२०) असे लिहीत जाईन.) लग्नात नंतर देवीचा किंवा देवाचा 'गोंधळ' नावाचा पारंपरिक धार्मिक कार्यक्रम असतो. त्यात प्रारंभी निरनिराळ्या गावांतील निरनिराळ्या देवतांची नावं उच्चारून, 'गोंधळाला या', असं आवाहन केले जाते. त्याचप्रमाणे, बृहन्मुंबई महानगरानं जेराल्ड ऑंजिअरच्या काळापासून आज २०२० पर्यंत यू. पी. मधल्या भय्यांनो, मुंबईत राहायला या... पंजाबातल्या पंजाब्यांनो, मुंबईत राहायला या... गुजरातमधल्या गुजरात्यांनो, मुंबईत राहायला या... आंध्रामधल्या तेलग्यांनो, तमिळनाडूतल्या तमिळ्यांनो, केरळमधल्या मल्याळ्यांनो, कर्नाटकातल्या कानड्यांनो... मुंबईत राहायला या, उरल्या-सुरल्या भारतीयांनो, तुम्ही पण मुंबईत राहायला या... असं अखिल भारतीय पातळीवरच आवाहन केल्यामुळे सगळे धो-धो-धो-धो-धो आले.

सध्याचं २०२० हे वर्ष. या वर्षात मुंबई म्हणजे मिनी-भारत झालं आहे. मुंबई गच्च भरल्यावर मुंबईच्याच अंगणात 'नवी मुंबई' शहर निर्माण झालं. त्यानंतर, 'नूतन नवी मुंबई', 'मॉडर्न नूतन नवी मुंबई', 'न्यू मॉडर्न नूतन नवी मुंबई' हे शब्दही कमी पडू लागले. आडवी-तिडवी मुंबई संपल्यावर पाच-पन्नास, साठ-सत्तर मजल्यांची उभी मुंबई निर्माण झाली. पूर्वी चार-पाच मजल्यांच्या इमारती होत्या, त्यांना धक्का न लावता त्यांच्याच टाळक्यावर चाळीस-पन्नास, साठ-सत्तर मजल्यांच्या आकाशमार्गी इमारती जिकडे-तिकडे झाल्या आहेत. सत्तर मजल्यांवरून लिफ्टनं खाली उतरायचं आणि ऐंशिव्या मजल्यांवर असलेल्या ऑफिसात लिफ्टनं जायचं. दोन्ही ठिकाणी विविध मजल्यांवर जाणाऱ्यांचे प्रचंड क्यू. म्हणून काय झालं? 'मुंबईत राहतो', या दोन शब्दांमुळे अंगी फार मोठ्या प्रमाणात सहनशीलता येते. मुंबई या शब्दाचं विलक्षण आकर्षण आहे.

पूर्वी शेजारचं ठाणे, त्याच्या शेजारचं कल्याण— इथं राहून लोक मुंबईला येत असत. मुंबईशेजारच्या सर्व महानगरपालिका, नगरपालिका, ग्रामपंचायती यांनी चक्क ठरावच पास करून टाकले की, मुंबईत नोकरी-उद्योग करणाऱ्या लोकांना

आपल्या शहरात किंवा गावात राहू द्यायचं नाही. कारण, मुंबईच्या उपऱ्यांचीच गर्दी वाढत गेली; तर या शहरात जागा, पाणी, आरोग्य, रस्ते, वाहने, प्रदूषण अशा अनेक समस्या निर्माण होतील. त्या भीतीने नवी मुंबईकरांना बंदी करण्यात आली. इथं राहून मुंबईला नोकरी-धंदा करणाऱ्या जुन्या रहिवाशांना मात्र अपवाद म्हणून ही बंदी नव्हती. शेजारच्या शहरांतही अशीच लोकसंख्या वाढत गेली, तर मुंबईतल्या सगळ्या समस्यांचं लोण इथवर येऊन पोहोचेल, ही भीती होती.

सन २००७ मध्ये जेवढी बृहन्मुंबई होती तेवढ्याच क्षेत्रफळात (सुमारे ६०० चौ. कि. मी) त्या काळी १ कोटी २० लाख लोक राहत होते. परंतु आता २०२० मध्ये बृहन्मुंबईची लोकसंख्या किती झाली आहे; माहीत आहे का? चक्क ६ कोटी झाली आहे. जगातल्या कोणत्याही एका महानगराची लोकसंख्या एवढी प्रचंड नाही. हिंदुस्थानातल्या सर्व राज्यांतल्या लोकांना 'मुंबई' या शब्दांचं विलक्षण आकर्षण आहे. मुंबईत गेलं की कामधंदा मिळतो, पोटापाण्याची सोय होते. आपल्या मूळच्या प्रदेशामुळे उपासमार होत नाही, हा कोट्यवधी लोकांचा दृढ समज किंवा गैरसमज आहे. इथे ६ कोटी लोक, वारुळात मुंग्यांनी राहावं किंवा एकेका पोळ्यावर शेकडो मधमाश्यांनी एकमेकींना चिटकून राहावं तसं राहू लागले आहेत, हे आपण चालू २०२० मध्ये रोज पाहत आहोत.

कॅनडा हा देश हिंदुस्थानाच्या तिप्पट मोठा—एवढा विस्तीर्ण आहे. परंतु या देशाची लोकसंख्या जेमतेम साडेतीन कोटी आहे. साधारण मुंबईच्या निम्मी. ऑस्ट्रेलिया हिंदुस्थानच्या दुपटीहून मोठा आहे आणि लोकसंख्या आहे २ कोटींहून किंचित अधिक. मुंबईसुद्धा एक शहरच आहे आणि पोप राहतात ते व्हॅटिकन सिटी हेही शहरच आहे. पण या शहराची लोकसंख्या फक्त एक हजाराच्या जवळपास आहे.

मुंबई हे प्रॉब्लेम-नगर झालं आहे. मुंबई शहर २००७ मध्ये एम. एस. ई. बी. च्या (म्हणजे, (एम) डे टु सं (एस) डे इ (इ) लेक्ट्रिसिटी बं (बी) द) लोड-शेडिंगच्या तावडीतून नाना लटपटी करून सुटलं होतं. परंतु आता काय झालं, एम. एस. ई. बी. ची स्वत:ची वीज, बाहेरून विकत घेतलेली वीज सर्व मुंबईतच संपून जाऊ लागली. संपूर्ण महाराष्ट्रात दररोज २४ तास लोडशेडिंग सुरू झाले. सगळी वीज मुंबईला देऊनही आणखी वीज मुंबईला कशी द्यावी, हा प्रश्न निर्माण झाला आहे. तिथं ६०, ७०, ८० मजल्यांच्या इमारतींच्या लिफ्ट २४ तास सुरू असतात. त्यांच्यासाठी किती वीज खर्च होत असेल, याची कल्पना करा. पावसाळ्यात आकाशात भरपूर नैसर्गिक विजा चमकतात. सर्वांत अधिक मजल्यांच्या गच्चीवरून ती वीज एम. एस. ई. बी. च्या विजेला जोडता येईल काय, याचा विचार निवडून आलेले लोकप्रतिनिधी करत आहेत. यात यश आलं, तर याच पद्धतीनं गावोगावच्या

एम. एस. ई. बी. च्या विजेत आकाशातील विजेची भर पडून तिकडचं लोडशेडिंग कमी होईल, असं आश्वासन निवडणुका जवळ आलेल्या भवऱ्यातील पुढारी 'जनते'ला देऊ लागले आहेत.

'लिफ्ट' हा सध्याच्या २०२० मधील मुंबईकरांचा जीव की प्राण आहे. लिफ्ट बंद पडल्यावर तरी कसे चढायचे? एकदा चार ब्रह्मचारी तरुणांवर विचित्र प्रसंग ओढावला. चौघे जण मुंबईतल्या ८० व्या मजल्यावर राहत होते. चौघे चार ठिकाणी कामाला होते. किल्लीचा घोटाळा होऊ नये म्हणून ते तळमजल्यावरच्या वॉचमनच्या केबिनमध्ये किल्ली अडकवून ठेवत असत. जो प्रथम येईल, तो ती किल्ली घेऊन लिफ्टनं आपल्या ८० व्या मजल्यावरच्या फ्लॅटचं दार उघडत असे. नंतर येणारे फ्लॅट-बंधू वॉचमनच्या त्या तिथं बघायचे. तिथं किल्ली दिसली नाही की, ते समजायचे, आपल्यापैकी कुणी तरी एक जण अगोदर वर गेला आहे. हे सगळं नेहमीच रूटीन म्हणता तसं झालं होतं.

एकदा चौघांना एकदम एक सुट्टी आली होती. चौघेही रात्री हॉटेलात जेवून, रात्रीचा ९ ते १२ चा सिनेमा पाहून, भटकत-भटकत रात्री एकच्या सुमारास आपल्या बिल्डिंगपाशी आले आणि चौघेही पटकन खाली बसले. संपूर्ण तब्बल ८० मजल्यांची बिल्डिंग अंधारात बुडून गेली होती. वीजपुरवठ्यात प्रचंड बिघाड झाल्यामुळे किमान तीस-पस्तीस तास तरी वीजपुरवठा सुरू होणार नव्हता. आता काय करायचं? लिफ्ट बंद! जिन्यानं अंधारातून ८० मजले जायचं.

त्यांनी एक आयडिया काढली. एक मजला चढून झाला की, चौघांनी '१' असं म्हणायचं. याचा अर्थ, आपण पहिल्या मजल्यावर आलो. तिथंच उभे राहून प्रत्येकाने जोक सांगायचा. जोक संपला की पुढचा मजला चढायचा. '२' म्हणायचं; आळीपाळीने एक जोक सांगायचा. असे करत-करत ते चौघे अंधारामध्येच ८० व्या मजल्यावरील आपल्या फ्लॅटपाशी नेहमीच्या सवयीनं आले. दाराचं हँडल हाताला लागलं. आता दार उघडलं की आत जायचं, एवढंच बाकी होतं. तेव्हा त्या मजल्यावर जोक सांगणारा म्हणाला, "थांबा, अजून मी या मजल्यावर जोक सांगितला नाही. नीट लक्ष देऊन ऐका. जोक सुरू हं. आपल्या फ्लॅटची किल्ली तळमजल्यावरच्या वॉचमनच्या केबिनमध्येच आहे. आपण चौघेही अंधाराच्या गोंधाळात ती घ्यायला विसरलो. बोला, किल्ली आणयला ८० जिने उतरून आणि ८० जिने चढून यायला कोण तयार आहे?" खल्लास! चौघेही हा भयंकर जोक ऐकून कोलमडून पडले. ऐंशिव्या मजल्याच्या पायी गगनभेदी इमारतीमुळे असल्या प्रकारच्या अडचणी येऊ लागल्या.

याच बिल्डिंगमध्ये आतमध्येच बाकीचे रहिवासी अडकून पडले होते. अंधारात

करणार काय? तरीही अंधारात करता येण्यासारखं जे असेल, ते करत राहिले. या अंधाराच्या रात्रीला नऊ मइने होऊन गेले. आणि एक सामूहिक चमत्कार घडला. प्रत्येक मजल्यावर ८ फ्लॅट्स होते. एकूण फ्लॅट ६४०... आणि काय सांगावं? त्या नवव्या महिन्यात एकाच दिवशी त्या परिसरातील सर्वच्या सर्व मॅटर्निटी हॉस्पिटल्स हाऊसफुल्ल!

हे २०२० वर्ष अशा अनेक प्रकारच्या चित्तचक्षुचमत्कारांनी भरलेलं आहे. पोस्टमन तर हैराण होतात. कुणाला पंजाबातून पत्र येतं, तर कुणाला केरळमधून; कुणाला बिहारमधून, तर कुणाला गुजरातमधून. प्रत्येक बहुमजली इमारतीमध्ये मिनी भारत राहत आहे. 'मी मुंबईत राहतो', या तीन शब्दांच्या हव्यासापायी हा सगळा खटाटोप आहे. सर्व प्रकारचे 'वाले' म्हणजे दूधवाले, पेपरवाले, भाजीवाले वगैरेंचा मुक्काम कोणत्या ना कोणत्या लिफ्टमध्ये खाली किंवा वर असतो. घरकाम करणारे रामागडी, मोलकरणी यासुद्धा प्रत्यक्ष कामापेक्षा लिफ्टमध्येच खाली-वर करत असतात. त्या सर्वांनाही मुंबईच पाहिजे असते. जवळच्याच ठाणे, डोंबिवली, कल्याण, अंबरनाथ, बदलापूर इथं जा म्हटलं; तर सगळ्या सखूबाई, साळूबाई नाक मुरडून नको म्हणतात. 'मुंबई बेस्ट' असं ठसक्यात सांगतात. पूर्वी 'बॉम्बे' असे नाव होतं ते २०२० मध्येही राहिलं असतं तर रामागडी म्हणाला असता, ''बाँबे म्हंजे बाँबे! बाँबे नावातच रुबाब आहे. बाँबे म्हटलं की हे गाव कसं विलायतेतलं असल्यासारखं वाटतं.''

मुंबईची लोकसंख्या कितीही वाढली तरी तळमजल्याला लागून असलेले रस्ते असायचे तेवढेच आहेत. मग फ्लाय ओव्हर अर्थात उड्डाणपूल बांधण्यात आले आहेत. खाली पारंपरिक रस्ता आणि पहिल्या मजल्यावर फ्लाय ओव्हर. सध्या मुंबई शहर रस्त्यांचं शहर राहिलं नसून फ्लाय ओव्हरचं शहर झालं आहे. तळमजला, पहिला मजला याप्रमाणे सध्याच्या २०२० मध्ये देशाचीच आर्थिक स्थिती सुधारल्यामुळे तर मोटारींचा सुळसुळाट झाला आहे. मुंबईत तर घरटी एकापासून तीन-तीन मोटारी आहेत. त्यामुळे मोटारींचे पार्किंग हा फार मोठा प्रॉब्लेम आहे. शेवटी अरबी समुद्रामध्ये शेकडो खांबांच्या आधारावर पार्किंगची (गैर) सोय करण्यात आली आहे. तिथं गाडी ठेवून ऑफिसात जाणं प्रॉब्लेम आहे. तिथून जागोजागी 'रोपवे' लावले आहेत. बघा ना माणसं कशी 'रोपवे'च्या पाळण्यात उभे राहून जात आहेत. प्रत्येक बहुमजली इमारतीच्या गच्चीवरच रोपवेची एकेक बाजू आहे. गच्चीवरून खाली शेवटच्या मजल्यावर यायचं आणि तिथून लिफ्टनं आपल्या मजल्यावर उतरायचं.

मोटारींची आणि अन्य इंधनचलित वाहनांची संख्या प्रचंड वाढली आहे.

'व्हिजन २०२०' म्हटल्यावर हे सगळं अपरिहार्य आहे. मध्येच एक सांगायचं राहिलं. रोपवेबद्दलच. पहिल्यांदाच रोपवेमध्ये आलेल्या एका पाहुण्यानं रोपवे-चालकास विचारलं ''काय हो, रोपवेचा हा दोर आहे, तो दोर तुम्ही कधी बदलता?'' तेव्हा चालक म्हणाला, ''पहिला दोर तुटला रे तुटला की ताबडतोब बदलतो. नाही तर नंतरच्या लोकांचा खोळंबा होईल ना?'' हे ऐकून पाहुणे घाबरले.

लोकसंख्या आणि वाहनं एवढी वाढली की, मूळच्या जमिनीवरच्या प्रत्येक रस्त्यावर बांधलेले पहिल्या मजल्यावरचे फ्लाय ओव्हरसुद्धा गच्च भरून गेले. सिग्नलपाशी—तिथंही शेकडो वाहनं दोन-दोन मिनिटांत थांबू लागली. वाहन चालविण्यापेक्षा वाहने थांबणंच फार वेळा आणि फार वेळ होऊ लागलं. त्यामुळे पुन्हा समस्या निर्माण झाली. एकच उपाय—सध्याच्या फ्लाय ओव्हरवर फ्लाय ओव्हरचाच आणखी एक मजला चढवणं. त्याप्रमाणे केलं गेलं. सध्या २०२० मध्ये फ्लाय ओव्हरचा तिसरा मजलाही वाहनांनी गच्च भरला आहे. तरी बरं, परमेश्वरानं आधीपासूनच आकाश उंच ठेवलं आहे. फ्लाय ओव्हरचे आणखी कितीही मजले वाढू देत—स्काय इज दि लिमिट.

आडवं पसरलेलं मुंबई महानगर २०२० मध्ये ताडमाड उंच झालं. आणखी फ्लाय ओव्हर बांधणं तांत्रिक दृष्ट्या अशक्य असल्याचं तज्ज्ञ इंजिनिअर्सनी सांगितल्यावर दुसरा मार्ग शोधणं भाग पडलं. मूळ जमिनीवरचा रस्ता आणि फ्लाय ओव्हरचे तीन मजले होऊनही समस्या 'दशांगुळे नव्हे सहस्रांगुळे, लक्षांगुळे' उरली. सहा कोटी लोकांनी जायचं-यायचं कसं? सध्याच्या २०२० मध्ये मुंबई महानगरात ९० लाख खासगी कार, ४० लाख टॅक्सी, ३० लाख ऑटोरिक्षा, ७० लाख मोटारसायकल्स, ९० लाख स्कूटर्स, १ लाख ट्रक्स, १ लाख सायकली आणि उरली-सुरली १ लाख वाहनं यांच्यासाठी कितीही सोई केल्या तरी पावलोपावली ट्रॅफिक जाम होते. कुठं तरी जाण्यासाठी वाहनात बसणं काय आणि आपापल्या घरातच मांडी घालून बसणं काय; दोन्ही सारखंच.

हिंदुस्थानातल्या सर्व राज्यांतल्या लोकांना मुंबई म्हणजे कामधेनूची कामधेनू वाटते. कल्पवृक्ष वाटतो. आता कल्पवृक्षाखाली बसून धार काढण्याचा उद्योग करत बसा. ही सर्व बाहेरून आलेली मंडळी आपापल्या राज्यात जायला तयार नाहीत. प्रचंड हाल सोसू, पण मुंबईतच राहू, अशी प्रत्येकाची प्रतिज्ञा असते. 'देह जावो अथवा राहो, पांडुरंगी दृढ भावो', असं संत नामदेव यांनी म्हटलं आहे. त्याच चालीवर इथं येऊन स्थायिक झालेले बिहारी, भय्ये, पंजाबी, बंगाली, गुजराती, तमिळी, कानडी, तेलुगू, मल्याळी वगैरे वगैरे सर्व मुंबईबाह्य महाराष्ट्रबाह्य मंडळीसुद्धा 'देह जावो अथवा राहो, मुंबापुरी दृढ भावो' असं म्हणून तिथंच घोरपडीसारखी

चिटकून बसतात.

मुंबई महानगराचे प्रश्न सोडविण्यासाठी कर्जपुरवठा करणाऱ्या जागतिक बँकेनं, "आपण तर हात टेकले बुवा!", असे उद्गार काढले. तरीही जागतिक बँकेवाचून, न अन्यागतिः! ऊर्ध्वगामी रस्ते संपले. मुंबईला लागून आलेल्या समुद्रावर रस्ते तयार करण्याचा प्रकल्पही मागंच सुरू झाला. आता या मार्गाच्या डोक्यावर, एकावर एक असे तीन मार्ग काढून ग्राऊंड (नव्हे, सी वॉटर) प्लस थ्री मजली पूल-रस्ते सुरू झाले. सगळे मजले वाहनांनी खचाखच भरले. भूमी, आकाश आणि पाणी तिन्ही ठिकाणी रस्तेच रस्ते झाले.

आता काय करायचं बाकी राहिलं? हेलिकॉप्टरची वाहतूक. सर्वांत उंच इमारत आणि आजूबाजूच्या काही कमी-जास्त उंचीच्या होत्या, त्यांच्या गच्च्या समान उंचीच्या केल्या. हेलिकॉप्टर उतरू शकेल एवढी जागा संपादित करून, त्या ठिकाणी हेलिकॉप्टर उतरविण्यासाठी हेलिपॅड्स तयार करण्यात आली. अशी हेलिपॅड्स मुंबई महानगरात सुमारे ५०० आहेत. हेलिकॉप्टरमधून उतरायचं, सर्वोच्च मजल्यावर जायचं आणि तिथून लिफ्टनं आपल्याला पाहिजे असलेल्या मजल्यावर उतरायचं. मोठमोठे एक्झिक्युटिव्ह, ऑफिसर्स हेलिकॉप्टरनंच जातात-येतात. सर्व रस्त्यांच्या गुंतागुंतीत आकाश, समुद्र अडकून पडले. तरीही परराज्यांतून आलेल्या कोट्यवधी देशबांधवांच्या जाण्या-येण्याचा प्रश्न सुटला नव्हता.

एक उपाय राहिला होता. त्याची कार्यवाही सुरू झाली. जमिनीखालची रेल्वे सेवा—ट्यूब रेल्वे, मेट्रो रेल्वे सेवा म्हणतात; तेवढं राहिलं होतं. मुंबईच्या थेट दक्षिण टोकापासून जमिनीखाली ८० ते ९० फूट जाडीची जमीन तशीच ठेवून त्याखाली खोदकाम सुरू झालं. पुढे दोन फाटे काढले. एक फाटा त्या वेळच्या मुंबई व्ही. टी. येथील रुळांच्या खालून आणि दुसरा फाटा चर्चगेटच्या रुळांखालून सेंट्रल रेल्वे आणि वेस्टर्न रेल्वे. जमिनीवरच्या रुळांच्या बरोबर खालून जमीन खोदण्यात आली. तिकडे चर्चगेट ते दहिसर आणि इकडे मुंबई व्ही. टी. ते मुलुंड, याप्रमाणे मेट्रो रेल्वे जमिनीवरच्या मार्गापेक्षा अधिक रुंद करण्यात आली. चार लायनी डाऊन ट्रेनसाठी, चार लायनी अप ट्रेनसाठी. त्या पलीकडे बाहेरगावच्या गाड्यांसाठी दोन अप आणि दोन डाऊन अशी लायनी ठेवल्या.

बैलगाड्यांच्या वाहतुकीसाठी निराळे मेट्रो बोगदे खणण्यात आले. मालगाड्या रुळांवरून घसरून शेजारचे लोहमार्ग अडवण्याची वर्षानुवर्षाची वाईट खोड आहे. म्हणून ही उपाययोजना करण्यात आली. जमिनीखालच्या लोकलगाड्यांना पंचवीस-पंचवीस डबे जोडले जातात. त्यामुळे खूपच सोय झाली आहे.

मुंबई महानगर अशा प्रकारे असंख्य, अक्षरशः असंख्य अशा रस्त्यांच्या

गुंतवळ्यात अडकून पडलं आहे. मालकीच्या मोटारी हजारांनी, लाखांनी आहेत; परंतु खूप लांब पार्क कराव्या लागतात. सार्वजनिक वाहनांतून आपल्या ऑफिसजवळ किंवा घराजवळ आल्यावर उतरायचं आणि बहुमजली लिफ्टच्या रांगेत उभे राहायचं. एकूण, सगळा प्रचंड व्याप आहे. हे सगळं कशासाठी? तर, केवळ 'आम्ही मुंबईत राहतो', हे सांगण्यासाठी. मी लखनौला राहतो, मी पाटण्याला राहतो, मी चेन्नईला राहतो, मी तिरुअनंतपुरम्ला राहतो, मी भोपाळला राहतो, ही वाक्ये मिळमिळीत वाटतात. या तुलनेमध्ये 'मी मुंबईत राहतो', हे वाक्य कसं पॉवरबाज, जंक्शन आणि एक्स्प्रेशनला दणकेबाज वाटतं. म्हणून सगळे मुंबईत राहायला धडपडतात.

प्रत्येक राज्यातून लाखो लोक मुंबईत राहायला आल्यामुळे त्यांची-त्यांची मंडळं स्थापन झाली. 'उत्तर प्रदेश जनता परिषद', 'बिहारी लोक परिषद', 'पंजाबी जन मंडल', 'गुजरात जनता संघ' वगैरे संस्था जोरात कार्यरत झाल्या. प्रत्येक संस्थेची एकच मुख्य घोषणा आहे. सर्वांची घोषणा एकच आहे. ती अशी- "मुंबई कुणाची? भारतातल्या सर्व लोकांची." झाली का पंचाईत! १९६० च्या आगे-मागे, 'मुंबई कुणाची' या प्रश्नाला ठणठणीत, जोरदार, मुठी आवळून, आवाज चढवून, निर्भयपणे एकच उत्तर सर्वांच्या तोंडून येत असे, ते असे- "साडेतीन कोटी मराठी माणसांची!" (कुटुंबनियोजनाचा प्रचार पुढं जोरात सुरू झाल्यावर लोकसंख्या आठ कोटी झाली. होतं असं कधी कधी.) परंतु मुंबईत मात्र उलटा प्रकार सुरू झाला. तिथं मराठी लोकसंख्येला गळती लागली. ते चक्क उपेक्षणीय अल्पसंख्य झाले. तेसुद्धा आपण काय बोललो, हे इतर भाषा बोलणाऱ्या लोकांना कळावं म्हणून हिंदी बोलणारे.

एक वृत्तांत सांगतो. एकदा जगातील निरनिराळ्या देशांत राहणाऱ्या खरोखरच्या वाघांची (मोहन वाघ वगैरे वाघ नव्हेत) एक जागतिक पातळीवरची परिषद भरली होती. प्रत्येक देशातला वाघ आपल्या डरकाळ्या फेम आवाजात भाषण करून सर्व परिसर दणदणून सोडत होता. अशा डरकाळ्यांवर डरकाळ्यांवर डरकाळ्या सुरू होत्या. एवढ्यात एक आवाज आला. अगदी मरतुकड्या, निष्प्राण आवाजात तो म्हणाला, "म्याँव! मला डरकाळ्या मारता येत नाहीत, म्हणून म्याँव!" तेव्हा अध्यक्षस्थानी असलेला वाघ जोरात डरकाळी फोडून म्हणाला, "ही शक्तिमान ढाण्या वाघांची परिषद आहे; म्याँव-म्याँव करणाऱ्या मांजरांची परिषद नाही."

"मला माहीत आहे. म्याँव! मीसुद्धा वाघच आहे. म्याँव!" —मरतुकडा आवाज.

"वाघ कधी मरतुकडा असतो का? वाघ कधी म्याँव-म्याँव करतो का?"

"होय!" मरतुकडा, म्याँव-म्याँव करणारा वाघ म्हणाला, "उपासमारीविषयी

कायमच प्रसिद्ध असलेल्या आफ्रिकेतल्या ॲबिसिनिया या देशातला मी वाघ आहे. म्हणून डरकाळीऐवजी म्याँव-म्याँव असा आवाज करतो. शरीरसुद्धा मांजराएवढंच झालं आहे.''

सध्याच्या इसवी सन २०२० मध्ये मुंबईतल्या मूठभर मराठी माणसांची स्थिती अशीच झाली आहे. सन १९६० मध्ये, 'संयुक्त महाराष्ट्र झालाच पाहिजे', या प्रचंड गर्जनेनं दिल्लीचं तख्त हादरून टाकलं होतं. दिल्लीला दणका दिल्यावर संयक्त महाराष्ट्र स्थापन झाला. ''मुंबई महाराष्ट्रात आली, परंतु मुंबईत मात्र महाराष्ट्र नाही!'' प्रचंड टाळ्यांचा कडकडाट... पुढं मात्र खडखडाट! मराठी माणसांचा मुंबईत खडखडाट! मराठी माणसांचा मुंबईत खडखडाट झाला. उत्तर प्रांतामधले लोकांचे लोंढे कधी आले ते कळलं नाही आणि तेच बहुसंख्य होऊन बसले.

सर्व मुंबईकरांची एक परिषद भरली होती. विषय होता— मुंबईत राहून स्वत:चा विकास (अर्थात् आर्थिक) कसा करून घ्यायचा. परिषदेत सर्वत्र एकाच प्रकारे फलक लावले होते. ''मुंबई कुणाची... हिंदुस्थानातल्या सर्व लोकांची!'' बोला आता! १९६० ते २०२० अशा ६० वर्षांतील ही चित्तरकथा. त्या परिषदेत उत्तर प्रदेशाचा पुढारी वाघासारखं ओरडून म्हणाला, ''मुंबई आमची आहे.''

बिहारचा पुढारी वाघासारखं डरकाळ्या फोडत म्हणाला, ''मुंबई आमची आहे!''

गुजराती पुढारी वाघासारखी डरकाळी फोडून म्हणाला, ''मुंबई तर कधीपासूनच आमची आहे. जेराल्ड आँजिअरनं व्यापाऱ्यांना 'मुंबईत व्यापार करायला या' असं आवाहन केलं, तेव्हा आमचे खापर खापर खापर पणजोबाच प्रथम या मुंबईत राहून व्यापार करू लागले. आजही मुंबईचा व्यापार आमच्याच हातात आहे.'' भांडवलदार मारवाडी म्हणाले, ''मुंबई आमची आहे.'' पंजाबी, तमिळी, तेलुगू, कानडी, मल्याळी प्रत्येक पुढारी वाघासारख्या डरकाळ्यांवर डरकाळ्या फोडून सांगत होता, ''मुंबई आमची आहे.''

फक्त उत्तर ध्रुवावरच्या एस्किमो स्विस लोकांनी आणि दक्षिण ध्रुवावरच्या पेंग्विन पक्ष्यांनी 'मुंबई आमची आहे', असं म्हणायचं राहिलं होतं. त्या दणदणीत परिषदेत कोपऱ्यातून एक म्याँव असा आवाज आला आणि पुन्हा म्याँव करून एक मिळमिळीत वाक्य उच्चारलं गेलं, ''खरं म्हणजे मुंबई फक्त आमची आहे.'' ते वाक्य ऐकून अध्यक्ष वाघ ओरडला, ''म्याँव-म्याँव करणारा त्या मागच्या कोपऱ्यात कोण आहे?'' तेव्हा म्याँववाला उठून मिळमिळीत आवाजात म्हणाला, ''मी मराठी माणूस आहे!'' अशी ही २०२० मधील चित्तरकथा आहे.

■

३)

पुन्हा यक्ष-युधिष्ठिर

पाच हजार वर्षांपूर्वीची गोष्ट. युधिष्ठिराला तहान लागली होती. सगळे पांडव अरण्यात होते. तिथून थोड्या अंतरावर एक सरोवर होतं. खरं म्हणजे युधिष्ठिर स्वत:च जाऊन हातांची ओंजळ करून चार-सहा ओंजळी पाणी प्यायला असता, तर पुढचे प्रसंग टळले असते. आपण ज्येष्ठ बंधू आहोत आणि आपण सांगितलेलं काम खालच्या नंबरांच्या चार भावांनी केलंच पाहिजे, अशी एकंदरीत त्याच्या स्वभावाची जडणघडण होती, असं दिसतं. वडिलधाऱ्या मंडळींची लहानांना काम सांगण्याची एक पद्धत म्हणा किंवा हुकूमशाही म्हणा— सर्वांत लास्ट नंबरचा जो लहान असेल, त्याला काम सांगायचं. तो नसेल तर उपान्त्यपूर्व जो लहान हजर असेल, त्याला सांगायचं. पण स्वत: उठून तीर्थरूप सर्वांत वयानं वडीलराव काम करणार नाहीत. सवयच पडून गेली आहे.

हे डिट्टो असलं सगळं महाभारतात घडलं होतं. 'प्यास किसकी और फास किसको' असा प्रकार फटाफट चारदा झाला. "सहदेवा, पाणी आण." (जुना संदर्भ : 'सहदेवा, अग्नी आण'! महाभारत धुंडाळा. हे वाक्य मिळेल.) सहदेव घागर घेऊन गेला. चाललोच आहोत तर तांब्याभर पाणी आणण्याऐवजी घागरच भरून आणली तर सर्वांनाच होईल, या हिशेबानं सहदेव घागर घेऊन त्या सरोवराकडे निघाला. तिथं यक्ष होता. आपण अगोदर पाणी प्यावं, या हेतूनं सहदेव पाणी पिणार एवढ्यात यक्ष म्हणाला, "अगोदर, मी प्रश्न विचारीन त्याचं

उत्तर दे'', पण सहदेवानं तसं न करता तो पाणी प्यायला. मरून पडला. नंतर नकुल, अर्जुन आणि भीम यांच्या बाबतीत अगदी तस्संच घडलं. युधिष्ठिराची तहान चार भावंडांना भलतीच महागात पडली. चौघेही तिकडेच गेले, पण कुणीही परत आलं नाही, म्हणून युधिष्ठिर स्वत: गेला. तोही पाणी पिणार एवढ्यात यक्ष म्हणाला, ''माझ्या प्रश्नांची उत्तरं दे, मगच तुला पाणी पिता येईल.'' तेव्हा युधिष्ठिर म्हणाला, ''मागं महाभारतातच तुझ्या शंभर प्रश्नांची मी चोख उत्तरं दिली होती. हे प्रश्न हल्लीच्या दहावीच्या परीक्षेला आले असते, तर मला शंभरपैकी शंभर मार्क मिळाले असते.''

हे ऐकून यक्ष म्हणाला, ''ते मला माहीत आहे. परंतु, मी आता जो यक्ष आहे, तो एकविसाव्या शतकातल्या सध्या असलेल्या सहाव्या वर्षातला मॉर्डन यक्ष आहे. आता पुढं बोल.''

''मॉडर्न यक्ष आहेस, तर त्याच पाच हजार वर्षांपूर्वीच्या सरोवरापाशी का बसलास? एखाद्या मॉडर्न नळापाशी का बसला नाहीस?'' युधिष्ठिरानं विचारल्यावर यक्ष म्हणाला, ''वातावरण निर्मितीसाठी मी त्याच जुन्या सरोवरापाशी बसलो आहे. मी आता प्रश्न विचारणार आहे. सर्व प्रश्नांची उत्तरे तू दिलीस, तरच तुला पाणी प्यायला परवानगी देईन.''

''ठीक आहे.'' युधिष्ठिर म्हणाला.

''तू आणि मी आताचे आहोत, हे लक्षात ठेव. म्हणून मी प्रश्न विचारणार आहे, ते काळाशी सुसंगत आहेत. तू उत्तरंही आधुनिक पद्धतीची द्यायची आहेस.''

''यक्ष नवीन, युधिष्ठिर नवीन आणि उत्तरंही नवीन, असाच एकंदरीत प्रकार आहे ना?''

''होय.'' यक्ष म्हणाला, ''मी पहिला प्रश्न विचारतो.'' (यापुढे क्ष म्हणजे यक्ष, यु म्हणजे युधिष्ठिर.)

क्ष : पुरुषांनीही स्त्रीमुक्ती चळवळीसारखी एखादी चळवळ सुरू केली तर, त्या चळवळीचं नाव काय ठेवशील?

यु : त्या चळवळीचं नावंही मी स्त्रीमुक्ती असंच ठेवीन.

क्ष : ते कसं शक्य आहे?

यु : शक्य आहे. स्त्रियांची चळवळ म्हणजे स्त्रीची मुक्ती अशी चळवळ आणि पुरुषांची स्त्रीमुक्ती अशी चळवळ. एक षष्ठी तत्पुरुष समास आहे, तर दुसरा पंचमी तत्पुरुष समास.

क्ष : नवरा-बायकोच्या भांडणात अखेरचा शब्द कोणता? आणि त्यामुळे भांडण थांबतं का?

यु : अखेरचा शब्द अर्थात् नवऱ्याचा. मी तुझी स्पेशल माफी मागतो. आणि बायकोला हे मान्य करावंच लागतं.

क्ष : ऑफिसच्या बॉसचंच म्हणणं नेहमी बरोबर असतं. याला काही नियम वगैरे आहेत का? की आपलं पिढ्यान् पिढ्या चालत आलेलं हे बोथट वाक्य आहे?

यु : रूल नंबर वन् : बॉस इज ऑल्वेज राईट. रूल नंबर टू : इफ बॉस इज राँग, प्लीज रिफर टु रूल नंबर वन्!

क्ष : घरी येणाऱ्या माणसांच्या जाती किती?

यु : दोन. (१) काही माणसं जातील 'तिथं' आनंद निर्माण करतात आणि (२) काही माणसं जातील 'तेव्हा' आनंद निर्माण करतात.

क्ष : चित्रपट-अभिनेत्रीच्या सध्याच्या नवऱ्याचा परिचय ती अभिनेत्री कसा करून देईल?

यु : ती ठकी असा परिचय करून देईल- "माय वुड बी एक्स हजबंड..." 'भावी माजी' नवरा!

क्ष : उजेड असतो तोपर्यंत सावली सतत साथ करते. परंतु अंधारात मात्र सावली साथ सोडून जाते. सावलीचं हे वागणं बरोबर आहे काय? सावलीसुद्धा सुखाची सोबती असते काय?

यु : असंख्य माणसांप्रमाणे तुझाही गैरसमज झालेला दिसतो. सावली अंधारातही आपली साथ सोडत नाही. अंधारातही ती बरोबरच असते. अंधाराचा रंग काळा असतो आणि सावलीचा रंगही काळाच असतो. अंधाराच्या व्यापक काळ्या रंगात सावलीचा काळा रंग मिसळला जातो. म्हणून सावली अंधारात दिसत नाही. पुन्हा उजेड आला की सावली त्या क्षणीच आपल्याबरोबर चालू लागते. साधं उदाहरण सांगतो. काळ्या रंगाचा कागद घ्या, त्या कागदावर काळ्या शाईनं लिहा. तेच लेखन काळ्या शाईनं पांढऱ्या कागदावर केलं, तर स्पष्ट वाचता येतं. सावलीचंही असंच असतं.

क्ष : समज, 'नंबर वन'वर असणाऱ्या चित्रपट-अभिनेत्रीनं तुझ्याशी लग्न करण्याची इच्छा प्रकट केली, तर तू तिच्याशी लग्न करशील काय?

यु : मी तसा मृदू अंत:करणाचा असल्यामुळे तिला नाराज करणार नाही. लग्नाला होकार देईन. परंतु, एक महत्त्वाची अडचण आहे. मी लग्न करून त्या अभिनेत्रीला घरी नेल्यावर मातोश्री कुंती न बघताच म्हणेल, "बाळ युधिष्ठिरा, तू जे काही आणलं असशील, ते आपल्या घराच्या रीतीप्रमाणे पाच भावंडांत वाटून घ्या. द्रौपदीच्या वेळी केलं तसं." ही आमच्या घराण्याची चाल तिला आवडणार नाही.

क्ष : का आवडणार नाही? एव्हाना तिची पाच लग्नं होऊन, पाच नवऱ्यांबरोबर राहिलीही असेल.

यु : मान्य आहे. पण त्यात आणि यात एक महत्त्वाचा फरक आहे. तिथं पाच नवरे एकापाठोपाठ एक अशा क्रमानं, एका वेळी एकच, अशा पद्धतीनं होते; आणि इथं एकाच वेळी पाच नवरे आहेत. ही आपल्या-आपल्या घराण्याची रीत असली तरी तिची रीत तशी नसणार.

क्ष : चांगलं काम केल्याबद्दल बक्षीस काय मिळतं?

यु : त्याच्याच बोकांडी जास्त काम, हे चांगलं काम करणाऱ्याला मिळणारं बक्षीस असतं.

क्ष : सर्व नियम नीट शिकण्याचा फायदा काय?

यु : नियम कसे मोडावेत, याचं उत्तम ज्ञान प्राप्त होतं.

क्ष : सिगारेटच्या पाकिटावर 'सिगारेट ओढणं प्रकृतीला अपायकारक आहे', असं लिहिलेलं असतं. त्याचा उपयोग होतो का?

यु : सिगारेटचं पाकीट कोणत्या बाजूनं उघडायचं नाही, हे त्यामुळे कळतं.

क्ष : परीक्षेच्या वेळी विद्यार्थी सर्रास कॉपी करतात, यावर तुझं म्हणणं काय?

यु : कॉपी करू नये. शेजारी बसलेला विद्यार्थी स्कॉलर आहे, या सार्वत्रिक गैरसमजामुळे कॉपी केली जाते. अगदी खरं सांगायचं, तर कॉपी करणं म्हणजे एकमेकांच्या अज्ञानाची अदलाबदल करणं.

क्ष : बायकोनं खाली यावं यासाठी नवरा मोटारीचं दार उघडतो. हे असं कधी घडतं?

यु : बायको तरी नवीन असते तेव्हा किंवा मोटार तरी नवीन असते तेव्हा.

क्ष : यशस्वी नवरा कुणास म्हणावं?

यु : बायको खर्च करते त्यापेक्षा जास्त पैसे मिळवणारा नवरा हा यशस्वी नवरा होय.

क्ष : बायको उशिरा घरी येण्याची कोणती कारणं संभवतात?

यु : अपघात, ट्रॅफिक जाम किंवा अगदी खरं कारण शॉपिंग.

क्ष : बॉसची साधारण व्याख्या काय?

यु : आपल्याला ऑफिसात पोहोचायला ज्या दिवशी उशीर होतो, नेमका त्याच दिवशी लवकर ऑफिसात येणारा आणि आपण दररोज वेळेवर ऑफिसात जातो तेव्हा उशिरा येणाऱ्यास बॉस असं म्हणतात.

क्ष : दररोज रात्री कुठंतरी 'शेण' खाऊन आणि 'गोमूत्र' पिऊन खूप उशिरा घरी येणाऱ्या नवऱ्यास बायकोनं ताळ्यावर कसं आणावं?

यु : झोकांड्या खात आलेल्या नवऱ्यानं दारावरची बेल वाजवल्यावर बायकोनं

दाराशी उभं राहून दबलेल्या आवाजात म्हणावं, "मकरंद, आज यायला उशीर का झाला? माझा नवरा यायची वेळ झाली. तू घरी परत जा. पुन्हा एवढा उशीर करू नकोस."

नवऱ्याची दारू खाड्कन उतरते. तो दोन-तीन वेळा बेल वाजवतो. बायको दार उघडते. नवरा मनात म्हणतो, 'मकरंद काय? उद्यापासून मी घरातच बसतो. येऊ दे सल्याला! चांगला बदडून काढतो.' खोटा-खोटा प्रियकर उभा केला की नवरा आपोआप घरी वेळेवर येत जाईल.

क्ष : उपाध्यक्ष हे पद असून नसल्यासारखं आहे. तुझं म्हणणं काय आहे?

यु : एखाद्याची समजूत काढायची असेल, तर त्याला उपाध्यक्ष करावं. निर्जीव, निरुपद्रवी, उपेक्षणीय पद. अध्यक्ष आणि सेक्रेटरी हे खरे! उपाध्यक्षाचा एक जोक सांगतो. दोघे भाऊ होते. एक भाऊ समुद्रावर फिरायला म्हणून गेला होता. त्याचं पुढं काय झालं; कुणालाच माहीत नाही. आणि दुसरा भाऊ कुठल्या तरी संस्थेत उपाध्यक्ष झाला. पुढं या भावाचंही काय झालं; काहीच कळलं नाही.

क्ष : बायकांचं वय त्यांच्याकडूनच कसं काढावं?

यु : साधी युक्ती आहे. एस. एस. सी. परीक्षेचा विषय काढावा. मी अमुक साली एस. एस. सी. झालो, माझी बायको अमुक वर्षी एस. एस. सी. झाली, असं सांगत-सांगत त्या स्त्रीला तुम्ही कोणत्या वर्षी एस. एस. सी. झालात, असं विचारावं. ती अनवधानानं ते वर्ष सांगते— एकोणीसशे सत्तर साली. बस्स! काम झालं. त्या वेळी वय साधारण पंधरा असतं. सत्तर सालातून पंधरा वजा केले- १९५५ साल. सध्या २००६ हे वर्ष सुरू आहे. ती ४५ वर्षे आणि ही सहा वर्षं. मिळून एकूण ५१ वर्षं होतात. मग खोट्या कौतुकानं म्हणावं, "तुम्ही ५१ वर्षांच्या आहात, हे शपथेवर सांगूनसुद्धा कुणाला खरं वाटणार नाही... जेमतेम ३५ वर्षांच्या दिसता. शप्पथ!" (गळ्याला हलका चिमटा) बाई खूश! होईना का खूश. खरं वय तरी मिळालं!

क्ष : जगात मूर्ख माणसं बहुसंख्य असतात, याचा शुभारंभ कधी झाला?

यु : पृथ्वीवर आदम हा एकच माणूस होता, तेव्हापासूनच.

क्ष : माणसं दु:खी का होतात?

यु : सुख लवकर मिळत नाही, सापडत नाही, या मूलभूत दु:खामुळे माणसे दु:खी होतात.

क्ष : सुरू असलेल्या युद्धाची समाप्ती करून तह केला जातो. हा तह कशासाठी केला जातो?

यु : सध्या रेंगाळत असलेलं युद्ध बंद करून पुढच्या युद्धाची पद्धतशीर तयारी

करता यावी, म्हणून तह करून चालू युद्ध तहकूब केलं जातं.

क्ष : खोटं बोलण्याचे निरनिराळे अवतार कोणते?

यु : लहानपणी खोटं बोलणं हा अपराध आहे, प्रियकरानं प्रेयसीशी खोटं बोलणं ही कला आहे; त्याचप्रमाणे ब्रह्मचाऱ्यानं खोटं बोलणं हा पराक्रम आहे आणि विवाहित पुरुषानं खोटं बोलणं हा त्याचा दुसरा नैसर्गिक स्वभावच आहे.

क्ष : साहित्यक्षेत्रातला समीक्षक हा प्राणी कसा असतो?

यु : समीक्षक हा लंगड्या माणसासारखा असतो. त्याला स्वत:ला नीट चालता येत नाही, परंतु दुसऱ्यांना मात्र तो धावावं कसं, हे शिकवतो. समीक्षकानं आयुष्यात कधीही एखादी लघुकथासुद्धा लिहिली नसेल; मग नाटक, कादंबरी, महाकाव्य यांची बातच सोडा. परंतु, दुसऱ्याच्या साहित्यावर मात्र कडाडून हल्ला करतो.

क्ष : कोल्ह्याला द्राक्षं आंबट, हे कशाचं रूपक आहे?

यु : यातला कोल्हा म्हणजे उपाशी प्रेमवीर आणि द्राक्षं म्हणजे न मिळणारी सुंदर तरुणी. मग काय करायचं? त्या तरुणीला उद्देशून म्हणायचं, मला नकोच असली पोरगी, तिला xxx ची व्याधी आहे.

क्ष : अशा काही गोष्टी सांग की, त्या आपण विकत घेऊ शकतो; परंतु त्याच अनुषंगानं आपण काही गोष्टी विकत घेऊ शकत नाही. फक्त पाच सांगितल्यास तरी चालेल.

यु : (१) आपण कॉट, गादी, उशी, चादर, मच्छरदाणी विकत घेऊ शकतो; परंतु झोप विकत घेऊ शकत नाही. (२) आपण पुस्तकं विकत घेऊ शकतो, परंतु मेंदू विकत घेऊ शकत नाही. (३) आपण अन्न विकत घेऊ शकतो, परंतु भूक विकत घेऊ शकत नाही. (४) आपण पाणी किंवा पेये विकत घेऊ शकतो, परंतु तहान विकत घेऊ शकत नाही. (५) आपण सौंदर्यप्रसाधनं विकत घेऊ शकतो, परंतु सौंदर्य विकत घेऊ शकत नाही.

क्ष : हिंदू धर्माचं आगळेपण कशात आहे?

यु : हिंदू धर्म हा किराणा दुकान किंवा जनरल स्टोअर्स यांच्याप्रमाणे आहे. कापड-दुकानांत कापड मिळतं, पुस्तकाच्या दुकानांत पुस्तकं मिळतात, फळांच्या दुकानांत फळं मिळतात— ही अगदी स्पष्ट गोष्ट आहे. परंतु, किराणा दुकानात किराणा नावाचा पदार्थ मिळत नाही किंवा जनरल स्टोअर्समध्ये जनरल नावाचा पदार्थ मिळत नाही. तथापि, या दोन्ही प्रकारच्या दुकानात नाना प्रकारच्या शेकडो वस्तू मिळतात. हिंदू धर्माचंही तसंच आहे. मूळच्या हिंदू धर्मात— वेदात, उपनिषदात, ब्राह्मण-ग्रंथात, आरण्यकात, विविध

दर्शनांत आणि रामायण-महाभारतादी ग्रंथांमधे हिंदू हा शब्द नाही; परंतु हिंदू धर्मात हे सगळं काही आहे.

क्ष : मोठ्या व्यक्तींनाही कुणा ना कुणाची तरी मदत लागते, असं म्हणतात. हे खरं आहे काय?

यु : होय, खरं आहे. एवढा मोठा युरेका-युरेका म्हणणारा शास्त्रज्ञ आर्किमिडिज. तो म्हणतो, ''मला एक खूप मोठी पहार आणि पृथ्वीबाहेर उभा राहण्याइतपत जागा द्या; मग मी पृथ्वी हलवून दाखवतो.'' सुभाषचंद्र बोस म्हणाले, ''तुम्ही मला रक्त द्या; मी तुम्हाला स्वातंत्र्य मिळून देतो.'' केशवसुत म्हणाले, ''एक तुतारी द्या मज आणुनि, फुंकिन मी ती स्वप्राणाने.'' म्हणजे काय, यांना तुम्ही आम्ही अगोदर काही तरी पुरवलं पाहिजे; मग ते त्यांचं कर्तृत्व करून दाखवणार.

क्ष : एकापेक्षा जास्त पत्नी असण्याचा फायदा काय?

यु : चांगला फायदा आहे. त्या सवती एकसारख्या आपसात भांडत असतात. त्यामुळे नवरा इकडे आरामात असतो.

क्ष : इतिहास किती प्रकारचा असू शकतो?

यु : कोणत्याही देशाच इतिहास दोन प्रकारचा असू शकतो. (१) खरा सत्य इतिहास आणि (२) 'ऑफिशिअल' इतिहास.

क्ष : दोन या आकड्याचं मजेशीर साम्य सांग.

यु : भांडण करायला दोन व्यक्ती लागतात आणि लग्न करायलाही दोनच व्यक्ती लागतात.

क्ष : शिकवणं आणि शिकणं याविषयी दोन वाक्यांत सांग.

यु : (१) सांगणं म्हणजे शिकवणं नव्हे आणि (२) ऐकणं म्हणजे शिकणं नव्हे. या थोडक्यात व्याख्या आहेत.

क्ष : स्वावलंबी माणसांना परमेश्वर मदत करतो आणि...?

यु : ...आणि परावलंबी माणसांना सरकार (भरभरून) मदत करतं.

क्ष : इतिहास म्हणजे काय?

यु : मनुष्यप्राण्यानं केलेले गुन्हे, मनुष्यप्राण्यानं वारंवार केलेला मूर्खपणा आणि मनुष्यप्राण्याचं नेहमी उद्‌भवणारं दुर्दैव यांच्या सविस्तर वृत्तान्ताची नोंदवही.

क्ष : दुसऱ्यांना पुस्तक देणं याचे कटू अनुभव सांगा.

यु : आपल्याजवळचं पुस्तकं दुसऱ्यांना देतो तो एक मूर्ख आणि नेलेलं पुस्तक परत आणून देतो, तो सवाई मूर्ख.

क्ष : खोटी प्रशंसा कशी असते?

यु : मॅडम, तुम्ही एकदम पंधरा वर्षांनी तरुण दिसता, या प्रशंसेमधेच मॅडमचे खरं वय दिसण्यापेक्षा १५ वर्षांनी जास्त आहे, हे छुपं वाक्य असतं.

क्ष : पुन्हा लगेच पुस्तकाबद्दलचाच प्रश्न विचारतो. तुमच्या मित्रानं तुमच्याकडचं पुस्तक नेलं आणि परत केलं नाही तर... (त्यात नवीन काय? किंवा चुकून परत केल्यावर त्या पुस्तकाचं वर्णन कसं कराल?)

यु : पुस्तक आपल्या घरातून मित्राच्या घरी जाताना ते पुस्तकाच्या रूपातच जातं आणि चुकून परत आलंच, तर परमेश्वराच्या रूपात येतं.

क्ष : ते कसं काय?

यु : परमेश्वराचा प्रारंभ कधी झाला, हे माहीत नसतं म्हणून त्याला अनादि-अनंत म्हणतात. एकदम सांगायचं म्हणजे परमेश्वर अनादि-अनंत आहे. चुकून परत आलेल्या पुस्तकाची सुरुवातीची काही पानं गायब झालेली असतात. म्हणजे पुस्तक अनादि आहे. शेवटची पानं नसतात म्हणून पुस्तक अनंत आहे.

क्ष : स्त्रिया अत्यंत दुःखाच्या प्रसंगीसुद्धा वयाच्या बाबतीत जागरूक असतात. याचं एखादं उदाहरण तू सांगू शकशील काय?

यु : होय. त्यात काय मोठंसं? एका अत्यंत सुंदर, गोरीपान, स्मार्ट, तरुण, आकर्षक अशा स्त्रीच्या देखण्या नवऱ्याचं अचानक निधन झालं. तिचं सांत्वन करायला गेलेली मैत्रीण तिला म्हणाली, ''ऐन पंचविशीत तुझ्यावर केवढा मोठा आघात झाला आहे!''

क्ष : एक उपाशी प्रेमवीर डोक्याला बँडेज बांधून चालला होता. वाटेत भेटलेल्या मित्रानं कारण विचारल्यावर तो प्रेमवीर म्हणाला, माझ्या हृदयेश्वरीनं गॅलरीतून गुलाबाचं फूल टाकलं, ते नेमकं डोक्यावर पडून त्याची जखम झाली आहे. फुलानं अशी जखम होऊ शकते काय?

यु : कुंडीसहित टाकलं असल्यास शक्य आहे.

क्ष : एका राजानं वटहुकूम काढून स्त्रियांच्या दागिन्यांवर कडक बंदी घातली होती. पण या वटहुकमाला एकाही स्त्रीनं दाद दिली नाही. त्या नेहमीप्रमाणे दागिने घालून मिरवत होत्या. तू राजाला कोणता उपाय सुचवशील?

यु : राजाला सांगेन, तुझ्या वटहुकमाला पुरवणी जोड. त्यात असं म्हण. ''दागिनेबंदीचा वटहुकूम आहे तसाच जारी राहील. फक्त वेश्यांना या वटहुकमातून वगळण्यात आलं आहे. त्यांनी नेहमीप्रमाणे दागिने घालावेत.'' एका मिनिटात सर्व स्त्रिया दागिने घालायचं बंद करतील. रामबाण उपाय आहे.

क्ष : 'तुझ्यामुळे मी झाले आई' या गाण्याबद्दल तुझं मत काय आहे?

यु : हे गाणं फसवं आणि संशयास्पद आहे. फक्त एवढी एकच ओळ वाचली,

तर ती ओळ तिघांना लागू पडते. (१) ती नवऱ्याला म्हणते, तुझ्यामुळे मी झाले आई. (२) ती बाळाला म्हणते, तुझ्यामुळे मी झाले आई. (३) ती प्रियकराला म्हणते, तुझ्यामुळे मी झाले आई.

क्ष : यशस्वी वक्ता कुणाला म्हणावं?

यु : श्रोत्यांनी ऐकणं थांबवण्यापूर्वीच जो बोलणं थांबवतो, तो खरा यशस्वी वक्ता होय.

क्ष : समरगीत म्हणजे रणांगणावर म्हणायचं किंवा सैनिकांना प्रोत्साहन देण्यासाठी म्हणायचं गीत. मराठीमध्ये अशी शे-दोनशे समरगीतं सहज असतील. (तेवढी नसतील तर नसू दे, नसू दे.) त्यातलं सर्वश्रेष्ठ समरगीत कोणतं?

यु : संसाराच्या समरभूमीवर पतिपत्नीनं मिळून म्हणायचं, "शुभमंगल झाले आपुले, शुभमंगल झाले" हे सर्वश्रेष्ठ समरगीत आहे. आयुष्यभर हे समरप्रसंग सुरू राहतात.

क्ष : फार प्राचीन काळी, पुराणकाळी नामकरणविधीच्या वेळी मुलींची नावं ठेवताना नद्यांची नावं आणि फुलांची नावं वगळून ठेवली जात असत. देश, नगरी यांवरून गांधारी, मैथिली, पर्वताच्या नावावरून पार्वती, वडिलांच्या नावावरून द्रौपदी, जानकी अशी नावं ठेवली जात असत. मग फुलं आणि नद्या यांनाच नेमकं का वगळलं?

यु : त्याला कारणं असतील. कुणीही वाटसरूनं यावं आणि फूल हुंगण्याची हुंगेगिरी करावी, कुणीही पब्लिकनं यावं आणि नदीत बुडी मारावी, असा सार्वजनिक मामला फूल आणि नदी यांच्यात असतो. आपल्या मुलीच्या बाबतीत तसं घडू नये, म्हणून मुलींना फुलं आणि नद्या यांची नावं ठेवली जात नसावीत.

क्ष : अनुभव म्हणजे काय?

यु : अगोदर केलेल्या मूर्खपणाला आणि नंतर त्याची किंमत मोजलेल्या गाढवपणाला नंतर दिलेलं प्रतिष्ठित नाव म्हणजे अनुभव.

क्ष : अशी कोणती गोष्ट आहे की पती किंवा पत्नी त्याची पूर्वतयारी कधीच करत नाही?

यु : या खेपेला जुळी मुलं जन्माला येणं.

क्ष : बाजारातून विकत आणलेल्या वस्तूंच्या वेष्टनावर, बाटलीवर, बॉक्सवर फालतू सूचना लिहिण्याची पद्धत आहे. अशा काही सूचना सांग.

यु : आमच्या कॅमेरा सर्वोत्कृष्ट आहे, पण त्यात रोल घातल्यावर. बाटलीचं झाकण उजवीकडून डावीकडे या पद्धतीनं उघडा. झाकण सहज उघडलं

जाईल. (ताकीद : डावीकडून उजवीकडे उघडू नका; उलट झाकण आणखी घट्ट बसेल.) दुधाच्या बाटलीवरची सूचना—बाटलीवरील पातळ वेष्टन काढल्यावर बाटलीचं तोंड वरच्या बाजूला ठेवा. (ताकीद : बाटलीचं तोंड खालच्या बाजूला ठेवल्यास सगळं दूध लगेच सांडेल.) गॅसवर कुकर ठेवून एक तास होऊन गेला तरी शिट्टी वाजत नसल्यास लायटरनं गॅस पेटवा. पंधरा मिनिटांत शिट्टी होईल.

क्ष : हीरो आणि व्हिलन यांच्यात फरक काय?

यु : ज्यानं केलेली अंगलट, फाजीलपणा हिरोइनला आवडत नाही; त्या इसमास व्हिलन म्हणतात आणि ज्यानं केलेली अंगलट आणि फाजीलपणा हिरोईनला आवडतो, त्या इसमास हीरो म्हणतात.

क्ष : समाजवाद म्हणजे काय?

यु : सर्वांना समान पातळीवर आणून ठेवणं. उदाहरणार्थ- सर्वांना समान पातळीवर गरीब ठेवणं किंवा समान पातळीवर श्रीमंत करणं. परंतु, पहिली समान पातळी कुणालाच आवडणार नाही आणि सर्वांना समान पातळीवर श्रीमंत करणं शक्यच नाही. म्हणून सुवर्णमध्य मध्यमवर्ग होय. श्रीमंतांना मध्यमवर्गापर्यंत खाली खेचणं आणि पददलितांना मध्यमवर्गापर्यंत वर, वर, वरपर्यंत खेचत आणणं, यालाच समाजवाद म्हणतात.

क्ष : ज्या व्यक्तीला सामाजिक किंवा राजकीय संघर्षाच्या काळात हीरो म्हणून डोक्यावर घेऊन नाचतो, त्याचं पुढं-काय होतं?

यु : प्रत्येक हीरो पुढं डोईजड होऊन बोअर होतो. त्या हीरोच्या डोक्यात कसली तरी हवा शिरते आणि तो डोकेदुखी होऊन बसतो.

क्ष : प्रेम नेमकं कशासारखं असतं?

यु : सरळ चंद्रासारखं असतं. चंद्राप्रमाणे प्रेमही जेव्हा वाढत नसतं, तेव्हा चंद्राप्रमाणेच कमी-कमी होत असतं.

क्ष : दोन सख्ख्या तरुण भगिनी आहेत. दोघीही काळ्याकुट्ट आहेत. तथापि धाकटी पुसट-पुसट उजळ-उजळ म्हणजे काय, उगीच आपला गैरसमज होण्याइतपत. या दोघींचं वर्णन कसं करशील?

यु : ठार काळी म्हणजे अमावस्या आणि किंचित् उजळ ती वद्य चतुर्दशी.

क्ष : लायकी बेताचीच, परंतु बढाई दांडगी—याचं एखादं उदाहरण सांग.

यु : अक्षवृत्त- विषुववृत्त यांचं उदाहरण देतो. प्रत्येक अक्षवृत्ताला - अगदी ध्रुवावरच्या टिंबाएवढ्या अक्षवृत्ताला असं वाटत असतं की, आपल्याला योग्य संधी मिळाली नाही. नाही तर मीच विषुववृत्त झालो असतो.

क्ष : एखादा नट अगदी अभिनयसम्राट असला तरी त्यालाही न जमणारा अभिनय असू शकेल काय?

यु : दोनच उदाहरणं देतो. जिवंत नट मेलेल्या माणसाचा अभिनय करू शकतो, पण मेलेला माणूस जिवंत असल्याचा अभिनय करू शकणार नाही. दुसरं एक उदाहरण सांगतो. एखादा नट अगदी अभिनयसम्राट म्हणतो, तोदेखील स्वत:च स्वत:च्या खांद्यावर बसूनचालून दाखवू शकणार नाही.

क्ष : प्रत्येक यशस्वी पुरुषाच्या मागं एक स्त्री असते, असं नेहमी म्हटलं जातं. हे कितपत खरं आहे?

यु : एक-तृतीयांश खरं आहे. कसं ते पाहा.

प्रत्येक यशस्वी पुरुषाच्या मागे एक चांगली स्त्री असते. प्रत्येक यशस्वी पुरुषाच्या मागे एक स्त्री असते. प्रत्येक यशस्वी पुरुषाच्या मागे त्याची बायकोही असते.

क्ष : सर्वांत महागडं मनोरंजन कोणतं?

यु : मुलांना जन्म देणं.

यक्ष प्रश्न विचारत होता आणि युधिष्ठिर पटापट उत्तरं देत होता. त्यामुळे यक्ष एकदम खूश झाला. तो युधिष्ठिराला म्हणाला, ''पाच हजार वर्षांपूर्वी तू जशी भराभर उत्तरं दिलीस, तशीच किंवा त्याहून सरस उत्तर दिलीस. तूही एकदम इ. स. २००६ मध्ये येऊन सध्याच्या परिस्थितीस साजेशी उत्तरं दिलीस. मी प्रसन्न झालो आहे. काय मागायचं, ते माग.''

''माझ्या चार भावांना जिवंत कर.'' युधिष्ठिर म्हणाला.

''अरे, तुझे भाऊ जिवंतच आहेत. उगीच आपलं खोटं-खोटं मेल्यासारखे दिसतात. मी त्यांना क्लोरोफॉर्म हुंगायला देऊन तात्पुरतं बेशुद्ध केलं होतं. थांब थोडं, ते शुद्धीवर येतील.''

थोडा वेळ इकडच्या-तिकडच्या गप्पा झाल्या. एवढ्यात प्रथम सहदेव उठला. मग क्रमानं नकुल, अर्जुन आणि भीम उठले. पाचही भावंडांनी यक्षाला नमस्कार केला.

यक्ष म्हणाला, ''तुम्ही इथं वनवासात आहात तोपर्यंत तुमच्या कुटीपर्यंत पाइपलाइन टाकून सरोवरातलं पाणी नळानं येत जाईल.''

पांडवांनी 'धन्यवाद' असं म्हटलं.

॥ इति पुन्हा यक्ष-युधिष्ठिर संवाद॥

■

४)
माझे मागचे काही जन्म

गीतेमध्ये श्रीकृष्णानं अर्जुनाला संस्कृतमध्ये असं सांगितलं होतं की,

"बहूनि मे व्यतीतानि जन्मानि तव चार्जुन,
तान्यहं वेद सर्वाणि न त्वं वेत्थ परंतपऽ" (४:५)

हे अर्जुना, माझे यापूर्वी अनेक जन्म झाले आहेत; तसंच तुझेही अनेक जन्म झाले आहेत. तुझ्यात-माझ्यात फरक एवढाच आहे की, मला माझे सर्व पूर्वजन्म आठवतात आणि तुला ते आठवत नाहीत.

हा झाला सरळ संस्कृतातून मराठीत रीतसर अनुवाद. पण एका लहान गावात उगीचच विद्वान पंडित म्हणवून घेणारे शास्त्रीबुवा राहत होते. संस्कृतचं मराठी भाषांतर हाणण्यात भलतेच 'विद्वान' होते. चातुर्मासात गावातल्या मंदिरात गीतेवर प्रवचनं करता-करता पहिले तीन अध्याय संपले. चौथा अध्याय सुरू झाला. त्यातले चार श्लोक झाले आणि पाचवा श्लोक आला.

"बरं का श्रोतेजनहो, जेहत्ते काळाचे ठायी भगवान श्रीकृष्ण अर्जुनला म्हणाले, 'बहूनि मे व्यतीतानि', म्हणजे मी पुष्कळ मे महिने घालवले आहेत. आणि तुझा जन्म तर, 'चार्जुन' म्हणजे 'चार जून'चा. याचाच अर्थ, नुकताच चार दिवसांपूर्वी संपलेला मे महिनासुद्धा तू पाहिला नाहीस."

ही 'गीता' सांगण्याचं कारण, इतके दिवस मलाही अर्जुनाप्रमाणे मागचे जन्म आठवत नव्हते. परंतु एका रात्री काय

चमत्कार झाल... मलासुद्धा श्रीकृष्णाप्रमाणे मागचे अनेक जन्म आठवू लागले. सगळ्या पूर्वजन्मांची एकमेकांत गुंतागुंत झाली होती; एवढाच काय तो श्रीकृष्णाला मागचे जन्म आठवणं आणि मला मागचे जन्म आठवणं यातला फरक आहे. गीतेत शेवटी-शेवटी अर्जुन श्रीकृष्णाला म्हणाला होता, हे वासुदेव, ''नष्टो मोह: स्मृतिलिब्धा''— माझी विस्मृती नष्ट होऊन स्मृती जागृत झाली आहे.

मला मागचे जन्म भराभर आठवू लागले. इतके भराभर आठवू लागले की, आधीच्या तिसऱ्या जन्मातल्या आठवणी आणि आधीच्या चौथ्या जन्मातल्या आठवणी एकमेकांत गुरफटून कोणती आठवण कोणत्या जन्मातली, हे चटकन कळत नसे. दोन्ही जन्मांमधल्या आठवणी अलग-अलग करण्याचा प्रयत्न मी प्रारंभी करून पाहिला; पण मग मी नाद सोडून दिला. जसे पूर्वजन्म दिसू लागले तसा त्या-त्या जन्मात मी वागू लागलो. माझे सध्याचे नातेवाईक, सध्याचे मित्र, सध्याचे सहकारी, सध्याचे बॉस हेसुद्धा माझ्याबरोबर वावरत होते.

चला 'इसवी सनपूर्व' स्टाइलनं मागं, त्याच्याही मागं, त्या मागच्या मागंच्या मागं. त्याचा (काल्पनिक) आँखो देखा हाल!

॥ अथ सुरू ॥

एकदा काय झालं, मी एका आश्रमात १२ वर्षं गुरूपाशी अध्ययन केलं. अध्ययन पूर्ण झालं. पुढं मीच गुरू झालो. माझ्या हाताखाली शिष्य तयार झाले. मला माझ्या ज्ञानाचा गर्व झाला. त्या गर्वाच्या धुंदीत मी म्हणत असे, ''मेरे गुरु की ऐशी तैशी! मी माझ्या गुरूपेक्षा विद्वान आहे.'' असं म्हणत-म्हणत मी एकदा माझ्या गुरूपुढं ऊभा राहिलो आणि म्हणालो, ''गुरुजी, माझ्याइतका विद्वान जगात कुणीही नाही. माझ्यापुढं तुम्ही म्हणजे पी. जी. पुढं के. जी. आहात.'' (पोस्ट-ग्रॅज्युएटपुढं के. जी. च्या वर्गातलं अजाण लेकरू) आपल्या शिष्याचं हे गर्विष्ठपणाचं भाषण ऐकून गुरूजींनी मला तिथल्या तिथंच एक सॉलिड शाप दिला, ''आताच्या आता डुक्कर होशील आणि रात्रंदिवस दुर्गंधीयुक्त घाण पाण्यात लोळत राहशील!'' मागला जन्म आठवल्याबरोबर पहिला हिसका असा बसला. एक विद्वान शास्त्री-पंडित असलेला मी तिथल्या तिथं डुक्कर झालो आणि तोंडानं डूऽ डूऽऽ असा आवाज करत निघालो. चार-पाच किलोमीटर गेल्यावर एक प्रशस्त डबकं दिसलं. ते साधारण २५ मीटर बाय २५ मीटर असं विस्तीर्ण डबकं होतं. विस्तीर्णपणाला साजेशी घाण तिथं होती. दुर्गंध तर सर्वदूरपर्यंत दरवतळत होता. मी तेव्हा डुक्करच झालो असल्यामुळे ते मेगा डबकं म्हणजे मला दोन हजार स्क्वेअर फुटांचा वेलफर्निश्ड एअर-कंडिशन्ड मानवी फ्लॅटच वाटला. ऐश्वर्या राय वगैरे मंडळी राहतात त्या भागातला. शॉवरबाथखाली मनसोक्त स्नान करावं, तसं मी डबक्यात

'लोळण स्नान' करू लागलो. माझ्या सुखाच्या सर्व कल्पना, डुकराच्या दृष्टिकोनातून पूर्ण होऊ लागल्या.

जवळजवळ मागल्या जन्मातलं एक वर्ष उलटलं. त्या डबक्याजवळून माझा एक विद्वान शिष्य चालला होता. मी त्याला मानवी आवाजात हाक मारली. शिष्याला नवल वाटलं. इथं माणूस तर दिसत नाही आणि आवाज तर मानवी आहे! "मीच तुला हाक मारली. मी तुझा मागच्या जन्मीचा गुरू आहे. तू माझ्यापाशीच वेदाभ्यास केलास, उपनिषदंही माझ्यापाशी शिकलास."

"आठवलं." शिष्य म्हणाला, "पण गुरुजी, काय ही तुमची दुर्दशा! हे असं कसं झालं?"

"माझ्या गुरुच्या शापामुळे मी डुक्कर झालो आणि इथं घाणीत लोळत पडलो."

"गुरुजी, तुमची ही दुर्दशा पाहून मी अत्यंत व्यथित झालो आहे." शिष्य म्हणाला, "मी आताच्या आता तुमच्या गुरुजींकडे जातो आणि म्हणतो, 'मला डुक्कर करून त्या घाणीत पाठवा, पण माझ्या गुरूला पुन्हा मानवी जन्म द्या.' हा मी निघालो. तडक तुमच्या गुरुजींना भेटतो आणि काय वाटेल ती किंमत देऊन तुम्हाला पुन्हा माणसाचा जन्म देण्याचा बंदोबस्त करून तुमची इथून मुक्तता करण्यासाठी येतो."

माझ्या शिष्याची ही अफाट गुरुभक्ती पाहून, डुक्कराच्या भूमिकेतून जसं गहिवरायचं असतं, तसं गहिवरलो. माझा कंठही डुकरी पद्धतीनं दाटून आला. काही वेळ मी बोलूच शकत नव्हतो. माणसांप्रमाणेच डुकरांनाही गहिवरता येतं, डुकराचाही कंठ दाटून येऊ शकतो, याचा डुक्कर या नात्यानं प्रत्यक्ष अनुभव घेत होतो.

"गुरुजी, मी निघतो तुमच्या गुरुजींकडे." असं म्हणून शिष्यानं दोन पावलं टाकली आणि शांतपणे व सुखी भावनेनं मी त्याला म्हणालो, "थांब, शिष्योत्तमा थांब. तू ज्या कामासाठी चाललास, त्यासाठी जाऊ नकोस. कारण..."

"कारण काय गुरुजी?" शिष्यानं विचारलं.

"हे शिष्यवरा, मी इथं अत्यंत सुखी आहे. मी सध्या डुकराच्या जन्मात आहे. डुकराच्या दृष्टिकोनातून हे दुर्गंधीयुक्त घाण 'सरोवर' म्हणजे नंदनवन आहे, प्रत्यक्ष स्वर्ग आहे, भूलोकीचं नंदनवन असलेलं काश्मीर आहे. मी डुक्कर म्हणून घाणीत लोळत नसून वैभवात, सुखात, श्रीमंतीत लोळत आहे. जा, स्वगृही परत जा. मनुष्यजन्मालाच काय सोनं चिकटलं आहे? नको तो असंख्य भानगडींनी बरबटलेला मनुष्यजन्म. मी खरंच इथं सुखी आहे!" गुरुजींचं हे आनंदमिश्रित

बोलणं ऐकून तो मानवी शिष्य आला तसा परत गेला.

**

माझ्या पूर्वजन्मांना कालक्रमाचं कसलंही बंधन नाही. अशा चमत्कारिक पद्धतीचे कालविसंगत पूर्वजन्म मला मिळत गेले. आणखी एक पूर्वजन्म सुरू झाला. या जन्मात मी माणूसच होतो. मागचा डुकराचा जन्म कुठं आणि कुठं हा पूर्वजन्म? चित्रपट अभिनेत्री उरोजबाला— सेक्स ॲटमबॉंब— हिचा नवरा होण्याचं भाग्य मला लाभलं. मागल्या सात जन्मांचं पुण्य एकत्र करून हे भाग्य मला लाभलं होतं. मलाही माझे अनेक पूर्वजन्म श्रीकृष्णाप्रमाणे आठवत होते आणि स्पष्ट दिसत होते. त्यावरूनच मला एकंदर बेरीज करून दिसून आलं की, लगेचचा मागचा जन्म ते मागं, मागं, मागं— सात जन्म मी मनानं गेलो. सातही जन्मांमधल्या माझ्या एकूण पुण्याचं वजन केलं असता ते पुण्यही चक्क सात क्विंटल भरलं. ''आयला!'' मी उद्‌गारलो, ''मागल्या सात जन्मांत मी काय सॉलिड पुण्य केलं! म्हणून तर या सांप्रतच्या आठव्या जन्मी मला फिल्म इंडस्ट्रीत हिरोईन नंबर वन असलेल्या उरोजबालाशी लग्न होण्याचा सुयोग आला.'' संपूर्ण फिल्म इंडस्ट्री म्हणजे बॉलिवूड आश्चर्यानं बघू लागली. 'हा कोण संप्रति नवा पुरुषावतार?' अशा प्रश्नार्थक मुद्रेनं सर्व जण माझ्याकडे पाहू लागले. नाही म्हणायला सहा पुरुष मात्र पडेल चेहऱ्यानं माझ्याकडे पाहत होते. त्यांना नक्कीच माझा हेवा वाटत होता, हे त्यांच्या थोबाडांवरून चक्क दिसत होतं. ते बहुधा वेटिंग लिस्टवर होते, असं वाटतं.

मी आणि उरोजबाला पतिपत्नी. केवढं महद्‌भाग्य! ते मला लाभलं होतं. या जन्मात हिच्याशी लग्न झालं, तेव्हा मी पस्तीस वर्षांचा होतो आणि तिचं फिल्मी वय आणि खरं वय पंचवीसच होतं. म्हणजे भविष्यकाळातही ती माझ्यापेक्षा दहा वर्षांनी सतत तरुण असणार— हिरोईन नंबर वन्! परमेश्वर द्यायला लागला की, ''काय द्याचं बोल'' असा फडतूस प्रश्न न विचारता सरळ छप्पर फाडके देता है, याची मला आठवण झाली. वयाच्या विसाव्या वर्षी ती एकदम डायरेक्ट हिरोईनच झाली होती. फायनान्सर, प्रोड्यूसर आणि डायरेक्टर या तीन 'सत्पुरुषां'च्या कृपेमुळे. हे खासगीत बोललं जात म्हणे. काही का असेना, सध्या ती माझी धर्मपत्नी, गृहलक्ष्मी, सहचारिणी, अर्धांगिनी, हृदयेश्वरी आहे. 'स्त्रियश्चरित्रम्' म्हणजे पूर्वचरित्र (आणि चारित्र्यसुद्धा) पाहू नये, असं शास्त्रवचन आहे. त्याचप्रमाणे 'पुरुषस्य भाग्यम्' कधी उदयाला येईल, हे देवसुद्धा सांगू शकत नाही, या वचनाची मला प्रत्यक्ष प्रतीती आली. (स्त्रियश्चरित्रं पुरुषस्य भाग्यं देवो न जानाति कुतो मनुष्य:)

कुठंही जायचं असलं की कारमध्ये आम्ही तिघं असतो. पती, पत्नी और वो— तिचा लाडका कुत्रा! डावीकडून उजवीकडे : मी, तिच्या मांडीवर लाडका

कुत्रा आणि ती. (अनेकांना तिच्या कुत्र्याचा हेवा वाटतो. तिचे किती तरी फॅन्स 'देवा माझं सध्याचं आयुष्य झटपट संपवून लगेच पुढचा जन्म कुत्र्याचा दे आणि उरोजबालाच्या अंगाखांद्यावर बागडण्याची सुवर्णसंधी दे', अशी परमेश्वराची मनोभावे प्रार्थना करतात.)

तिच्या मुलाखती घ्यायला इंग्लिश आणि देशी भाषांतील वर्तमानपत्रांचे प्रतिनिधी येत असतात. तेव्हा माझ्या गालावर नाजूक टिचकी मारून लाडिक-लाडिक आवाजात म्हणते, "डार्लिंग, माय डिअर हब्बी, यांच्यासाठी चहा आणि बिस्किटं आण. प्लीज, लवकर आण. चहा घेतला की मुलाखत सुरू होईल." मी मुकाट्यानं आत गेलो आणि दोन कप चहा व बिस्किटं घेऊन हॉलमध्ये आलो. "आय विल इंट्रोड्यूस टु यू. धिस इज माय लेटेस्ट हजबंड—"

"नंबर?" पत्रप्रतिनिधीनं विचारल्यावर ती म्हणाली, "इफ आय ॲम नॉट रॉंग, ही इज हजबँड नंबर सेव्हन— सात!" मी कसंनुसं हास्य करून सर्वांकडे पाहिलं. नटीचा नवरा होण्याचं, 'घी देखा लेकिन घरगाड्याचं काम करण्याचा बडगा नहीं देखा.' मला दररोज ती गालावर टिचकी मारत 'डार्लिंग' म्हणते आणि पाठोपाठ म्हणते, "डार्लिंग, चार्लीला (लाडक्या कुत्र्याला) बागेत फिरवून आण ना." मी कुत्र्याला फिरवून आणतो. प्रोड्यूसर, डायरेक्टर, हीरो आला की ती मला म्हणते, "डार्लिंग, तासभर कारनं बाहेर फिरून ये. तासाभरानं फोन करून विचार, 'घरी परत येऊ का?', मी येस म्हटल्यावर ये. माझा हब्बी कित्ती कित्ती छान छान आहे! (छान.. छान.. महोदयास्य नानास्ज टांग द्वयम्!) आधीच्या सहा नवऱ्यांची हालत मी कल्पनेनं जाणू शकलो. वय वर्ष वीस ते वय वर्ष पंचवीस या पाच वर्षांमध्ये सहा नवरे झाले (मी सातवा), म्हणजे सरासरी साधारणपणे दर दहा महिन्यांना एक नवरा पडला. या हिशेबानं माझंही 'नवरीय' आयुष्य लक्षात आलं. त्या संभाव्य दहा महिन्यांपैकी तीन महिने उलटूनही गेले होते. सात महिने झाल्यानंतर माझ्या नवरेपणाला छुट्टी. नवा कोरा, फ्रेश, उंच, ईस्मार्ट, नवा नवरा मिळतो. तो मिळाला की त्या फ्रेश नवऱ्यावर पुन्हा नवीन प्रेम सुरू. हिच्या बाबतीत लग्न आणि घटस्फोट एकाच नाण्याच्या दोन बाजू आहेत. लग्न झालं की घटस्फोट आणि घटस्फोट झाला की लग्न. पुन्हा घटस्फोट झाला की पुन्हा लग्न. पुन:पुन्हा तेच ते.

दिवसांमागून दिवस जात होते. मध्येच स्वित्झर्लंड, स्वीडन, इंग्लंड इथं चित्रीकरण होतं, म्हणून ती महिनाभर गायब झाली होती. मी खानावळीमधला डबा आणून जेवत होतो. परत आल्यावर इथलं शूटिंग, मुलाखती, पार्ट्या यांतच दिवसांमागून दिवस जात होते. मधून-मधून ती मलाही एखाद्या पार्टीला घेऊन जात असे. तिच्या प्रेमळ (?), गोड (?), उत्कट (?) सहवासातले (पर्यायी शब्द :

विजनवासातले) दिवस संपत आले. पहाटेचं चांदणं संपत जावं आणि अरुणोदय दिसू लागावा, असा प्रकार दिसू लागला. कुणी तरी एक प्यारेलाल नावाचा इसम तिच्या जाळ्यात अडकला, असं दिसलं. त्याचंही मागच्या सात जन्मांतलं सात क्विंटल पुण्य जमलं होतं, असं दिसतं. तो वारंवार येत होता. दोघेही गळ्यात गळा घालून घनदाट प्रेम करत होते. आपले रिटायरमेंटचे दिवस अगदी जवळ आले, असं प्रकर्षानं जाणून लागलं. 'कमिंग इव्हेंट्स कास्ट देयर शॅडोज बिफोर' येणाऱ्या घटना आपलं आगमन आधीच सुचवू लागतात, याचा अनुभव येऊ लागला.

एका मोठ्या डिनर पार्टीला 'माझ्या हिला' जायचं होतं. ती त्या डिनर पार्टीचं मुख्य आकर्षण होती. ती मला म्हणाली, "डार्लिंग, (डार्लिंगची ऐशी की तैशी) आज तू पण चल." हे ऐकून मला केविलवाणं बरं वाटलं. कारण माझी नवरेपणाची मुदत अगदी काठावर येऊन ठेपली होती. लिओनार्द द व्हिन्सी (मोनालिसा चित्र फेम) या जगप्रसिद्ध चित्रकाराचं 'लास्ट सपर' (रात्रीचं भोजन) हे चित्रही जगप्रसिद्ध आहे. ते चित्र म्हणजे येशू ख्रिस्तानं आपल्या सहकाऱ्यांसह केलेलं अखेरचं जेवण. म्हणून ते चित्र 'लास्ट सपर' म्हणून प्रसिद्ध आहे. ते 'लास्ट सपर', तर हे माझं 'लास्ट डिनर'. तशी पोटातून व्हाया काळजातून कळच आली. पार्टीतून हिंडताना तिनं मला डाव्या हातानं धरलं होतं. तसं पाहिलं तर आम्ही दोघेही तिथं जमा झालेल्या दीड-दोनशे फिल्मी मंडळींना पूर्ण अपरिचित होतो. देव आनंद सर्वांत ज्येष्ठ आणि रसिकाग्रणी. त्यानं 'हिच्या' (म्हणजे या क्षणापर्यंत ती अजून माझी 'ही'च होती) गालावर नाजूक चापट मारून हिला माझ्याकडे बोट करून विचारलं, 'उरू-(उरोजबालाचा फिल्मी शॉर्टफॉर्म, जसं ऐश्वया रायचा ॲश.) हू इज धिस जंटलमन?" तेव्हा ती म्हणाली, "माय करंट हजबंड, जस्ट ऑन व्हर्ज ऑफ रिटायमेंट!" (निवृत्तीच्या काठावर उभा असलेला माझा चालू नवरा.) माझ्या छातीत आणि पोटात अनुक्रमे धस्स आणि गोळा! नंतर प्यारेलालकडे बोट करून देव आनंदनं विचारलं, "ॲंड हू इज धिस जंटलमन?" उरोजबाला म्हणाली, "माय वुड बी एक्स हजबंड!" (माझा 'भावी' 'माजी' नवरा!) त्याच्या छातीत आणि पोटात अनुक्रमे धडकी आणि हुडहुडी.

चार-दोन दिवसांत मी चालू नवरा निवृत्त झालो आणि 'भावी माजी नवरा' तिचा आठवा नवरा झाला. त्या बिचाऱ्याचं नशीब फडतूस निघालं. तो आठच दिवसांत निकालात निघाला. त्याचं काय झालं, उरोजबालाला एकसारखं काही तरी आठवत असल्यासारखं वाटत होतं. याला— आठव्या नवऱ्याला— पूर्वी कुठं तरी पाहिल्यासारखं आठवू लागलं. तिनं तिच्या सेक्रेटरीला विचारलं, "शैलेश (सेक्रेटरी), माझा हा नवा आठवा नवरा आहे ना, याला मागं कुठं तरी पाहिल्याचं आठवतं."

तेव्हा तो हुषार सेक्रेटरी म्हणाला, ''मॅडम, हा आताचा आठवा नवरा आहे ना, तो तुमचाच दोन नंबरचा नवरा होता. तुम्ही त्याला एका महिन्यातच छुट्टी दिली होती, म्हणून तो तुम्हाला आठवत नाही.'' तेव्हा उरोजबाला सेक्रेटरीला म्हणाली, ''मला असला सेकंडहँड नवरा नको. पूर्वीचा माझाच नवरा असला म्हणून काय झालं? आता दुसऱ्यांदा लग्न झाल्यावर माझ्या दृष्टीनं तो सेकंडहँड नवराच! मी लग्न झाल्यावर लगेच घटस्फोट घेते. दुसऱ्या लग्नाच्या पुराव्यावर आठव्या नवऱ्याशी घटस्फोट घेता येत नाही, असा कायदा सांगतो.'' या कटकटीमुळे त्या बिचाऱ्या आठव्या नवऱ्याला लग्नाला दोनच दिवस झाले होते. लगेच घटस्फोट. SMILES हा इंग्लिश शब्द सर्वांत लांबलचक कसा ते पाहा : SMILES या शब्दातील पहिला S आणि शेवटचा S यात तब्बल एक MILE इतकं अंतर आहे. इथं उलट प्रकार आहे. लग्न आणि घटस्फोट या दोन्हींत जेमतेम दोनच दिवसांचं अंतर आहे. बिचारा प्यारेलाल दोनच दिवसांत निकालात निघाला. शाब्दिक कोटी करून सांगायचं झाल्यास, 'निका ते निकाल' यात फक्त दोनच दिवसांचं अंतर होतं.

हा काय प्रकार आहे, हे जाणून घेण्यासाठी डायरेक्ट चित्रगुप्ताला ट्रंक फोन लावला. फोन खुद्द चित्रगुप्तानंच घेतला. ''माझ्या संग्रही सात जन्मांचं सात क्विंटल पुण्य असताना माझं लग्न दहा महिन्यांतच कसं खलास झालं?'' तेव्हा चित्रगुप्त दिलगिरी व्यक्त करत म्हणाला, ''इकडे स्वर्गातही वाटेल तशी गुणवत्ताशून्य नोकर-भरती सुरू आहे. त्यातल्या एकानं तुमच्या सात क्विंटल सात पिंपांवर नाव-पत्ता लिहून ठेवला. पण मुख्य घोटाळा करून ठेवला. त्यानं तुमच्या सातही पिंपांवर पापाऐवजी चुकून 'पुण्य' हे लेबल लावून त्याखाली वजन ७ क्विंटल, असं लिहिलं गेलं होतं. त्यामुळे त्या तथाकथित पुण्याईच्या जोरावर तुमचं लग्न हिरोईन नंबर वन उरोजबाला हिच्याशी झालं. ही चूक लक्षात येताच तुमचं तिच्याशी असलेलं वैवाहिक जीवन लगेच बंद करण्यात आलं आहे. मी चित्रगुप्त— सर्वांच्या पापपुण्याचा हिशेब ठेवणारा चीफ अकाऊंट ऑफिसर— व्यक्तिश: आणि कार्यालय यांच्या वतीनं दिलगिरी व्यक्त करतो.'' माझा हा पूर्वजन्म इथं समाप्त झाला.

**

हा आताचा पूर्वजन्म पाहून मी हबकलोच. माणसं किती निर्लज्ज असतात, हे प्रत्यक्ष अनुभवलं. मी आणखी एका पूर्वजन्माचं स्मरण करताच तो पूर्वजन्म दत्त म्हणून पुढं उभा राहिला. या जन्मात माझं नाव सर्जेराव ढेकळे आहे. आमचं घराणं लष्करी पेशाचं. असं सांगतात की, आमचे एक खापर खापर खापर पणजोबा शिवाजीमहाराजांच्या सैन्यात शिलेदार होते. शिलेदार म्हणजे स्वत:च्या मालकीचा घोडा असणारा सैनिक आणि महाराजांकडून घोडा पुरवला जाणाऱ्याला बारगीर म्हणतात.

तेव्हापासून माझ्या वडिलांपर्यंत ही सैनिकी परंपरा आमच्या घराण्यात चालत आली आहे. माझे वडील मल्हारराव, आजोबा मार्तंडराव, पणजोबा खंडोजीराव, खापर पणजोबा झुंजारराव, खापर खापर पणजोबा समरसिंह, खापर खापर खापर पणजोबा समशेरबहादूर, खापर खापर खापर खापर पणजोबा शत्रुघ्नसिंह, खापर खापर खापर खापर खापर पणजोबा जंगबहादूरसिंह— सगळे पूर्वज रणवीर, रणधीर होते. अशा जंक्शन सैनिकी घराण्यात जन्माला येऊनही मी सर्जेराव ढेकळे पाटीलच कसा नेभकट, याचं माझं मलाच आश्चर्य वाटतं. सैन्यात भरती होण्याचा तगादा वडिलांनी लावला होता. मी सैन्यात भरती होण्याचं टाळत होतो. कारण सैन्यात फारच कडक नियम असतात. छळ फार असतो. चुकलं की शिक्षाही जबर होते, असं मला ऐकायला मिळत असे. त्यामुळे मी सैन्यात भरती होण्याचं टाळत होतो.

परंतु वडील हट्टालाच पेटले. ते म्हणाले, "गाढवा, (म्हणजे मी) आपल्या घराण्याची सैनिकी परंपरा साडेतीनशे वर्षांपासून चालत आली आहे. ही थोर क्षात्र-परंपरा मोडायला तुला लाज नाही वाटत? ते काही नाही. येत्या रविवारी सैन्यात नवीन भरती केली जाणार आहे. मी तुझी सैन्यात भरती करणारच!" अशी प्रतिज्ञा करून त्यांनी मला भरती केंद्रावर नेलं. वडिलांनी सांगितले ते ऐकून केंद्रप्रमुख खूष झाले. केंद्रप्रमुख होते कर्नल विजयसिंह प्रतापसिंह रायगडकर. जमलंच! साहेब आपलेच आहेत. कर्नलसाहेबांनी माझ्या पाठीवरून हात फिरवून मला आपलासा केला. ते मला म्हणाले, "सर्जेराव, आपली क्षात्रपरंपरा आहे. ही परंपरा तुमच्यासारख्या पुढच्या पिढीनं चालवायची आहे." एवढ्यात चहा-बिस्किटाचा ट्रे आला. कर्नलसाहेबांनी स्वत:च्या हातानं मला चहा दिला. आग्रह करून बिस्किट दिलं. मी अगदी भारावून गेलो. सैन्यात भरती व्हायला आपण उगीच घाबरत होतो. इथले मुख्य साहेबसुद्धा किती प्रेमळ आहेत. आपल्याला सैन्यात भरती व्हायला उगीच उशीर झाला, याची माझ्या मनाला चुटपुट लागली.

दुपारी बरोबर बारा वाजता जेवण्यासाठी म्हणून कर्नलसाहेबांनी स्वत: माझ्या हाताला धरून मेसमध्ये नेलं. आग्रह करकरून जेवू घातलं. स्वीट डिश तर दोन-तीन खायला लावल्या. सैन्यातली अधिकारी व्यक्ती, घरगुती आई-वडिलांपेक्षाही प्रेमळ असते, हे पाहून मी आश्चर्यचकित झालो. जेवण झाल्यावर माझ्या रूमपर्यंत ते आले. मला म्हणाले, "सर्जेराव, आता दुपारी तीन वाजेपर्यंत आरामात झोपा. अरे हो, माझ्यादेखतच मच्छरदाणी लावा." असे म्हणाले; पण प्रत्यक्षात कर्नलसाहेबांनीच मच्छरदाणी लावली आणि जाता-जाता पंखा सुरू करून गेले. इतका मायाळू, कृपाळू, दयाळू, कनवाळू, ममताळू अधिकारी गेल्या दहा हजार वर्षांत झाला नाही आणि पुढल्या दहा हजार वर्षांत होणार नाही, असं अलीकडे दहा हजार वर्षं

पलीकडे दहा हजार वर्षं एवढं २० हजारांचं ऐसपैस आश्वासन त्यांनी म्हणजे आचार्य अत्रे यांनी दिलं असतं. दुपारच्या झोपेत तर माझ्या मनाला सॉलिड गुदगुल्या होत होत्या. त्यामुळे गोड-गोड हैराण झालो. दुपारी चार वाजता कर्नलसाहेब आणि चहाचा ट्रे घेऊन ऑर्डर्ली आला. कर्नलसाहेबांनी स्वत:च्या हातांनी मला चहा दिला. प्लेटमध्ये बिस्किटं आणली होती. ''आज पहिला दिवस आहे. तुमच्या परेडला आज सुट्टी. आज नुस्ती परेड बघा.''

रात्रीच्या जेवणाच्या वेळीही कर्नलसाहेब माझ्या शेजारीच बसले होते. मला आग्रह करत होते. रात्री दहा वाजता आले. मी मच्छरदाणी नीट लावली का, ते पाहिलं. सुहास्य वदनानं ते मला म्हणाले, ''सर्जेराव, सुखानं झोपा.'' त्या रात्री मला स्वप्नामध्ये सर्वांगाला गुदगुल्या होत होत्या. रात्री गाढ झोप... इतकी छान-छान झोप घरातसुद्धा लागत नव्हती. रात्र संपून सकाळ कधी झाली, हे कळालंच नाही. झोपेतसुद्धा हास्यमुद्रा होती तशीच होती. सैन्यामध्ये सैनिकांची एवढी काळजी घेतात, हे मला आजच प्रत्यक्ष पाहायला मिळालं.

सर्व सैनिकांनी सकाळी बरोबर सात वाजता अटेन्शनमध्ये रांगेत उभे राहून कर्नलसाहेबांना सॅल्यूट करायचा, अशी पद्धत होती. कर्नलसाहेब अगोदर एक राऊंड घेऊन मग ग्राऊंडवर जातात, अशी माहिती मला कालच मिळाली होती. आता साहेब येतील आणि, 'उठा उठा हो सकळीक', 'घनश्याम सुंदरा', 'उठी गोपाळजी जाई धेनूकडे', 'उठोनिया प्रात:काळी, जपा रामनामावळी', 'उठा उठा हो वेगेसी, चला जाऊ पंढरीशी' वगैरे भूपाळ्या म्हणून कर्नलसाहेब मला साखरझोपेतून उठवतील आणि म्हणतील, 'सर्जेराव, उठा. चहा तयार आहे. आपण चहा घेऊ या. थोड्या वेळानं ब्रेकफास्ट घेऊ या...' वगैरे वगैरे गोड स्वप्न रंगवत सर्जेराव रग पांघरून कॉटवरच होते.

पण... पण... हा हन्त! हन्त! भूपाळ्या नाही, चहा नाही, ब्रेकफास्ट नाही, काहीही नाही. होते फक्त कर्नल साहेब. त्यांनी भूपाळी वगैरे काही म्हटलं नाही. वरती टोकं काढलेल्या जबरदस्त मिशांचे कर्नलसाहेब लोळत पडलेल्या माझ्यापाशी आले आणि मिलिटरी घडणीच्या दोन बुटांपैकी एका बुटाची एक लाथ माझ्या डाव्या पार्श्वतनूवर कच्कन हाणली. आणि तीच लाथ माझ्या उजव्या पार्श्वतनूवर हाणली. मग तिसरी लाथ शरीराच्या त्या भागावर जोरात हाणली. या विलक्षण प्रकारानं मी हबकलोच. आल्यापासून रात्री झोपेपर्यंत (अंगाईगीत म्हणायचंच बाकी होतं.) कर्नलसाहेबांचं 'प्रेम' माझ्यावरून ओसंडून वाहत होतं आणि आता माझ्यावर अचानक ॲटमबॉम्ब टाकून माझं हिरोशिमा-नागासाकी करून टाकलं. रातो-रात असं काय घडलं? मी तर भांबावूनच गेलो.

"ए ऽ ऽ साल्या, ऊठ! मिलिटरी बरॅक्स म्हणजे तुला तुझ्या बापाचं घर वाटतं का रे 'भ'?" नंतर पाठोपाठ 'भ'च्या बाराखडीतून सुरू होणाऱ्या आणखी मर्मभेदी शिव्या दिल्या. मला बखोटीला धरुन उभा केलं आणि कानाखाली 'कडाड्' असा आवाज निघेल, अशी थोबाडीत मारली. मी घाबरलो. आता इथंच मूत्रोत्रीमधून उगम पावणारा प्रवाह सुरू होतो काय, अशी अकथनीय परिस्थिती निर्माण झाली. काल ते तसं का आणि आज उठल्याबरोबरच हे असं का? उत्तरच सापडेना.

मी थोडा वेळ थरथर कापत होतो. अशा प्रकारचं कापणं बंद करून चळचळ कापणं सुरू केलं. या प्रसंगाला अगदी हलक्या प्रतीचं वाटल्यावरून मी थरथर कापणं सुरू केलं. कर्नलसाहेबांनी दोन-तीन शिव्या इंग्लिश भाषेतूनही दिल्या. मला त्या शिव्यांमधले शब्द आणि त्यांचा अर्थ माहीत नसल्यामुळे मी नुस्ताच चळचळ कापत उभा राहिलो. आता कर्नलसाहेबांना वाटेल की, मीच शिव्या देत आहे.

रात्री झोपेपर्यंत लोण्याहून मऊ असलेले संत कर्नलसाहेब कुठं आणि आज उठल्या-उठल्या लत्ताप्रहार; गालीप्रदान करणारे नरराक्षस हे साहेब कुठं! माझ्या अंगाभोवती भीतीचं दाट धुकं होतं. त्या धुक्यातूनच वाट काढत मी कर्नलसाहेबांना विचारलं, "काल सातपासून रात्री मी झोपेपर्यंत तुम्ही माझ्याशी इतकं प्रेमळपणानं वागत होतात आणि आताच एवढा फरक कसा झाला?" तेव्हा कर्नलसाहेब कडाडले, "माझं हे नेहमीचंच रूप आहे. कालचं रूप तात्पुरतं होतं. सैन्यात दाखल होण्यासाठी, सैन्यात कशी छान-छान वागणूक देतात याची डॉक्युमेंटरी फिल्म काढणारी सरकारी माणसं इथं काम करत होती. त्यांचं शूटिंग सुरू होतं. त्यामुळे नाइलाजानं तुमच्याशी दिवसभर आणि रात्री प्रेमळपणे वागावं लागलं. कळलं? आता जा ग्राऊंडवर." माझा हा एक पूर्वजन्म तिथच संपला.

एका पूर्वजन्मी मी रेसचा घोडा झालो होतो. तोंडाला फेस येईपर्यंत धावत होतो. एका पूर्वजन्मात परमेश्वरानं मला चक्क गाढवही केलं होतं. फार कष्टाचा तो पूर्वजन्म होता. एकंदर विचार केल्यावर माझ्या असं लक्षात आलं की, काय मागचे सर्व पूर्वजन्म आठवायचे ते श्रीकृष्णाला एकट्यालाच आठवू देत. मला चालू जन्मच ठीक आहे. पूर्वजन्म आठवणं नको. खूप अनुभव घेतला.

■

५)
बंडूचा अर्थव्यवहारकोश

या कोशात अर्थशास्त्रीय मराठी पारिभाषिक शब्द, त्यापुढे कंसात त्यांच्या मूळ इंग्लिश संज्ञा, या पारिभाषिक शब्दांचे अर्थशास्त्रीय विवरण दिले आहे. त्यानंतर खाली बंडू या प्रेम-अर्थव्यवहार-तज्ज्ञाने त्याला अभिप्रेत असा अर्थ (बंडूचं इंटरप्रिटेशन) दिला आहे. सर्व पारिभाषिक संज्ञांच्या मुळाशी बंडूने 'प्रेयसी' ही व्यक्ती उपभोक्ता म्हणून गृहीत धरली आहे. या अनुषंगाने बंडूने प्रत्येक पारिभाषिक शब्दाचे विवेचन केले आहे. (टीप : बंडूच्या प्रत्येक विवेचनाशी किंवा त्याला अभिप्रेत असलेल्या अर्थाशी आम्ही सहमत असूच, असे नाही. टीप समाप्त.) या कोशाची ही भूमिका लक्षात घेऊन या कोशाकडे पाहावे.

बंडूचा अर्थव्यवहारकोश

अर्थसंकल्प (बजेट) : आगामी वर्षात जमा आणि खर्च याविषयीचे धोरण व्यक्त करणारे शासनाचे अनुमान पत्र.

बंडू : आगामी वर्षात नवीन हेरलेल्या प्रेयसीवरील प्रेम व्यक्त करण्यासाठी प्रेमपत्रे, भेटवस्तू, वेण्या, फुले, सेंट्स, हॉटेल खर्च, टॅक्सी खर्च, सिनेमा इत्यादींवर किती खर्च करायचा आणि त्यासाठी गावाहून कॉलेज खर्चाची थाप मारून किती पैसे मागवायचे (म्हणजेच रिसिट्स साइड किती असायची) आणि खर्च किती करायचे (एक्सपेंडिचर साइड) याविषयीचे आखलेले धोरण, याला 'प्रेयसीय अर्थसंकल्प' असे म्हणावे.

✲ ✲

अंतर्गत काटकसरी (इंटर्नल इकॉनॉमी) : कोणत्याही वस्तूचे उत्पादन करणाऱ्या संस्थेचा अंतर्गत व्याप वाढल्यावर करायची काटकसर, बचत.

बंडू : प्रेयसीचे प्रेम हे उत्पादन इथे गृहीत धरले आहे. प्रेयसी मिळाली आहे, प्रेमही जमले आहे. प्रेम शक्ल पक्षातील चंद्राप्रमाणे दिनप्रतिदिन वाढत आहे. अशा वेळी वाढत्या प्रेमाच्या अनुषंगाने खर्चही वाढत जातो. यावर उपाय म्हणून, प्रेमाचा व्याप वाढला असला तरी, काही बाबतीत अंतर्गत काटकसर करणे आवश्यक असते. उदाहणार्थ, रोज वेण्या देण्याऐवजी एक दिवसाआड वेणी आणि एक दिवसाआड गुलाबाचे फूल देणे. हॉटेलात गेल्यावर कमी बिल येईल, असे पदार्थ मागविणे.

* *

अतिरिक्त लोकसंख्या (ओव्हर पॉप्युलेशन) : देशातील उत्पादन आणि अन्य साधनसामग्री यांना योग्य अशा लोकसंख्येपेक्षा अधिक लोकसंख्या.

बंडू : जर जास्तीत जास्त दोन पोरींवर प्रेम करणे (एकमेकींच्या वेळा चुकवून) खिशाला परवडत असेल, तर ती पोरींची योग्य लोकसंख्या होय. परंतु, खिशाला परवडत नसता, दोनपेक्षाही अधिक पोरींवर प्रेम करणे भाग पडले, तर ती अतिरिक्त लोकसंख्या होय.

* *

उपयोजित अर्थशास्त्र (ॲप्लाइड इकॉनॉमिक्स) : अर्थशास्त्रीय सिद्धांताचा व्यावहारिक उपयोग.

बंडू : खिशातले मर्यादित पैसे आणि प्रेम करायला मिळणाऱ्या मुलींची संख्या यांचा उपयुक्ततेच्या दृष्टीने व्यावहारिक पद्धतीने मेळ घालण्याचे धोरण म्हणजे उपयोजित अर्थशास्त्र.

* *

आयात कोटा (इंपोर्ट कोटा) : कोणत्या वस्तू किती आयात करता येतील, यावर घातलेली मर्यादा.

बंडू : नेलपेंट, लिपस्टिक, शांपू, फेस पावडर, स्नो, क्रीम, हेअर ऑईल, ड्रेस इत्यादींपायी खूप खर्च होतो. प्रेयसीला (प्रियकर सोडून) सगळ्या वस्तू इंपोर्टेड

लागतात. अशा वेळी कोणत्या वस्तू इंपोर्टेड घ्याव्यात, यावर मर्यादा घालणे आवश्यक असते. प्रेयसीची हौस म्हणून नेलपेंट, लिपस्टिक वगैरे चार-दोन वस्तूच इंपोर्टेड द्याव्यात. बाकीच्या वस्तू इंडिजिनिअस असाव्यात.

* *

उतरत्या प्रतिलाभाचा नियम (लॉ ऑफ डिमिनिशिंग रिटर्न्स) : इतर उत्पादनांचे प्रमाण पूर्वीचेच ठेवून एखाद्या उत्पादनाचा अधिकाधिक वापर केल्यास त्या उत्पादनास पुढे-पुढे कमी उत्पादन फल मिळत जाते, हे तत्त्व म्हणजे उतरत्या प्रतिलाभाचा नियम.

बंडू : एखाद्या प्रेमवीराचे अनेक मुलींवर प्रेम आहे. हे प्रेम तसेच ठेवून त्यातल्याच एखादीवर अधिकाधिक प्रेम केले असता त्या प्रेयसीवर होणारा खर्च पुढे-पुढे कमी होत जातो, हे तत्त्व यामागे आहे.

* *

उत्पादनाचे घटक (फॅक्टर्स ऑफ प्रॉडक्शन) : उत्पादन करण्यासाठी ज्या मूलभूत गोष्टी लागतात— उदाहरणार्थ- जमीन, भांडवल, श्रम आणि संघटन— त्यांना फॅक्टर्स ऑफ प्रॉडक्शन किंवा उत्पादनाचे घटक असे म्हणतात.

बंडू : प्रेम हेच सर्व प्रेमीजनांचे एकमेव उत्पादन असते. प्रेमाचे उत्पादन करायचे तर प्रेमवीर (किंवा प्रियकर), प्रेयसी, प्रणयाराधन आणि भेटवस्तूंचा वर्षाव या चार गोष्टी मूलभूत असतात. हे असले की प्रेमाचे उत्पादन होते. म्हणून या चार गोष्टी म्हणजेच उत्पादनाचे घटक.

* *

उद्गामी कर (प्रोग्रेसिव्ह टॅक्सेस) : गडगंज श्रीमंत असलेल्या व्यक्तींवर वाढत्या दराने घेतले जाणारे कर.

बंडू : प्रियकर खूप श्रीमंत आहे. अशा वेळी त्याची प्रेयसी साध्यासुध्या गोष्टींनी खूष होत नाही. उडुपीच्या हॉटेलात जाऊन वडा-सांबर खाण्यापेक्षा क्लास वन् हॉटेलातल्या ए. सी. रूममध्ये बसून भारी डिशेस मागवाव्यात. प्रियकराने आपल्याला सकाळच्या डेक्कनने पुण्याला नेणे आणि दुपारच्या कोयना एक्स्प्रेसने

परत मुंबईला येणे याऐवजी विमानाने उटीला किंवा नैनितालला न्यावे, चाळीस रुपयांच्या नकली कुड्यांऐवजी सोन्याच्या इअरिंग्ज त्याने द्याव्यात, असे प्रेयसीला वाटत असते. हट्ट करून ती हे सगळे पदरात पाडून घेते. प्रियकरावर हे एक प्रकारचे टॅक्सेशनच असते. केवळ प्रियकर खूप श्रीमंत आहे, म्हणून प्रेयसीकडून होणारा हा उद्‌गामी कर (प्रोग्रेसिव्ह टॅक्स) होय.

* *

उपभोक्त्याचा अधिक संतोष (कंझ्युमर्स सरप्लस) : वस्तूची जास्त किंमत द्यायची ग्राहकाची मानसिक तयारी आहे; तरीही ती वस्तू बाजारातील किमतीप्रमाणे कमी भावात मिळाली असता, ग्राहकाला जो आनंद होतो, त्याला कंझ्युमर्स सरप्लस असे म्हणतात.

बंडू : एखादा प्रियकर आपल्या प्रेयसीला भारी, किमती साडी द्यायला तयार असतो; परंतु प्रेयसीला मात्र साधी राहणी पसंत असल्यामुळे ती प्रियकराला चार-चौघींसारखी साधीच साडी द्यायला सांगते. त्यामुळे प्रियकराचे बरेच पैसे वाचतात. प्रियकर स्वत: होऊन जास्त किमतीची साडी द्यायला तयार असूनही प्रेयसी मात्र एवढी महागडी साडी नको म्हणून सांगते. तिच्या या समंजसपणामुळे प्रियकराला जो संतोष होतो, त्याला कंझ्युमर्स सरप्लस असे म्हणतात.

* *

उपभोक्त्याचे सार्वभौमत्व (कंझ्युमर्स सॉव्हरिन्टी) : मागणी उत्पादनाला प्रेरणा देत असते. ही जी मागणी असते, ती सर्वस्वी उपभोक्त्याच्या इच्छेवर अवलंबून असते, त्याचप्रमाणे त्याच्या क्रयशक्तीवरही अवलंबून असते.

बंडू : प्रेमाला भरपूर मागणी आहे. प्रेमवीरांच्या जगात प्रेम या गोष्टीला नेहमीच सतत मागणी असल्यामुळे त्याचा भाव वधारणे साहजिक आहे. प्रेम प्रेयसीकडे असते. ते मिळविण्यासाठी इच्छा आहे, क्रयशक्तीही आहे; पण प्रेमावर सार्वभौमत्व मात्र प्रेयसीचे आहे. प्रेमाच्या राज्यात सार्वभौमत्व प्रेयसीकडे आणि उपभोक्ता प्रेमवीर असतो.

* *

करभार (इन्सिडन्स ऑफ टॅक्सेशन) : वसूल केलेल्या कराचा बोजा शेवटी कोणावर किती प्रमाणात पडतो, याचा विचार.

बंडू : प्रेयसी हे सरकार आहे. तिच्यावर प्रेम करणारे प्रेमवीर हे प्रेयसीला वस्तुरूपाने अनेक गोष्टी भेट म्हणून देतात. हे देणे म्हणजे एक प्रकारे प्रेयसीकडे भरायचा करच आहे. एकाच प्रेयसीकडे अनेक प्रियकर आपापल्या ऐपतीप्रमाणे, कुवतीप्रमाणे 'कर' भरत असतात. कोणत्या प्रेमवीराला किती प्रमाणात 'करभार' पडतो याचा विचार म्हणजे, 'इन्सिडन्स ऑफ टॅक्सेशन' होय. प्रेमाच्या राज्यात या कराला प्राधान्य असते.

* *

गरज (वाँट) : एखादी वस्तू किंवा सेवा उपभोगण्याची मानवी निकड.

बंडू : प्रेम ही एक अत्यावश्यक मानवी निकड आहे. प्रेमाचा शोध घेत राहणे, ते प्राप्त करण्यासाठी धडपड करणे, त्यासाठी एखादी नियोजित प्रेयसी ठरवणे वगैरे जे-जे काही आहे, ते म्हणजे 'गरज' किंवा 'वाँट'.

* *

चलनाचा भ्रमण-वेग (व्हेलॉसिटी ऑफ सर्क्युलेशन ऑफ मनी) : एका वर्षाच्या कालावधीत व्यवहारामध्ये विनिमयासाठी चलन वापरले जाणे, त्याचा वेग.

बंडू : एक एप्रिलला आर्थिक वर्ष सुरू होते. त्या दिवशी एका प्रियकराने आपल्या प्रेयसीसाठी पैसे खर्च करायला सुरुवात केली. प्रेमाच्या या व्यवहारात त्याला प्रेयसीसाठी सतत पैसे खर्च करावे लागतात. प्रेयसीविषयीचे आकर्षण जसजसे वाढत जाते तसतसा खर्चही वाढत जातो. होता-होता ह्या खर्चाचा वेग एकतीस मार्च या आर्थिक वर्षाच्या शेवटच्या दिवसापर्यंत फारच वाढलेला असतो. हा वर्षअखेरचा अधिकतम वेग म्हणजे, 'व्हेलॉसिटी ऑफ सर्क्युलेशन ऑफ मनी' होय.

* *

चलनाधारित नियोजन (फायनान्शियल प्लॅनिंग) : उपलब्ध असलेला

पैसा आणि त्यांचा विनयोग यांचे आकडेवारीच्या स्वरूपात केलेले नियोजन.

बंडू : उपलब्ध पैसा आणि तो प्रेयसीवर योग्य प्रकारे खर्च करणे, हे आवश्यक असते. एखाद्या प्रेमवीराने एखाद्या प्रेयसीवर प्रारंभीच्या काळातच भरमसाट पैसे खर्च केल्यामुळे खिसा रिकामा झाला आहे. पुढे दोघांचे प्रेम वाढीला लागल्यावर प्रेमवीराच्या खिशामध्ये तिच्यासाठी खर्च करण्यासाठी एक दमडीही नाही, अशी परिस्थिती निर्माण होते. याला नियोजनशून्य खर्च म्हणतात. म्हणून प्रेम बसलेल्या दिवसापासून तिच्याशी लग्न होईपर्यंतच्या काळात तिच्यावर जो खर्च करायचा; तो योग्य प्रकारे, पुरवून-पुरवून करायचा असतो. दिसली प्रेयसी-गेला हुरळून, असे करून चालत नाही. म्हणून उपलब्ध असलेल्या मर्यादित पैशांचा नियोजनपूर्वकच उपयोग करायचा असतो. यालाच फायनान्शियल प्लॅनिंग म्हणतात.

* *

दरडोई उत्पन्न (परकॅपिटा इन्कम) : राष्ट्रीय उत्पन्नाला लोकसंख्येने भागले असता येणारी सरासरी.

बंडू : प्रेयसीला अनेक प्रेमवीर सतत काही ना काही देत असतात. कुणी तिच्यावर वर्षभरात एक हजार रुपये खर्च करतो; कुणी दोन हजार, कुणी पाच हजार. हे ज्याच्या-त्याच्या आर्थिक शक्तीवर अवलंबून असते. वर्षाकाठी प्रेयसीला, समजा पन्नास हजार रुपयांच्या वस्तू प्रेमापोटी मिळाल्या. हे पन्नास हजार रुपये दहा प्रेमवीरांनी तिच्यासाठी खर्च केलेले असतात. प्रेयसी वर्षअखेर पन्नास हजारांना दहा प्रेमवीरांनी भागते. पाच हजार भागाकार येतो. प्रेयसी हे राष्ट्र आहे, प्रेम हे राष्ट्रीय उत्पादन आहे, दहा प्रेमवीर ही लोकसंख्या आहे; असे मानले तर, पाच हजार रुपये हे परकॅपिटा इन्कम होय.

* *

दर्शनी किंमत (फेस व्हॅल्यू) : नाणी किंवा नोटा यांवर दर्शविलेले मूल्य म्हणजे दर्शनी किमत किंवा फेस व्हॅल्यू.

बंडू : प्रेमाच्या राज्यात दर्शनी किमतीचा म्हणजेच फेस व्हॅल्यूचा अर्थ निराळा असतो. कोणत्या प्रेयसीचे मुखकमल (फेस) किती कमी-जास्त प्रमाणात सुंदर आहे यावर तिचे मूल्य ठरवले जाते. फेस व्हॅल्यू म्हणजे चेहऱ्याची किंमत. चेहरा माधुरी दीक्षितइतका सुंदर असेल, तर तिची किंमत सर्वांत जास्त. साऱ्यांची

सुषमा असेल, तर तिच्या चेहऱ्याची किंमत माधुरीपेक्षा थोडी कमी. सप्रे यांची सुमित्रा असेल, तर तिची फेस व्हॅल्यू सान्यांच्या सुषमापेक्षा थोडी कमी. चेहरा धारण करणारी खळदकरांची अंबू असेल, तर तिची फेस व्हॅल्यू बरीचच कमी. चेहऱ्यांचं वर्गीकरण करून तिचे मूल्य ठरविले जाते. याला फेस व्हॅल्यू म्हणतात. दर्शन डोळ्यांना कितपत सुखावह आहे, याला दर्शनी किंमत म्हणतात.

* *

पर्याप्त उत्पादन संस्था (ऑप्टिमम् फर्म) : ज्या आकारमानात सरासरी उत्पादन-खर्च सर्वांत कमी येईल, अशा आकारमानाची संस्था.

बंडू : बंगला, मोटार, कारखाना वगैरे असलेल्या बापाच्या अतिसुंदर मुलीवर प्रेम केले आणि तिने ते स्वीकारले, तर ते फार खर्चाचे होते. तिच्या आर्थिक सुबत्तेप्रमाणे प्रेम करावे लागते. हजारों रुपयांचा खर्च होतो. एवढे करून तिचे प्रेम मिळवायचे किंवा टिकवून ठेवायचे, हे खर्चिक काम आहे. याऐवजी प्रेमच मिळवायचे असेल, तर आर्थिक दृष्ट्या निम्नस्तरात असलेल्या मुलीचे मिळवावे. ते कमी आकारमानाचे असते. शेवटी मुलीचे प्रेम मिळवणे हेच करायचे असेल, तर ते ढोले पाटलांच्या चाळीत तळमजल्यावर राहणाऱ्या कुळकर्ण्यांच्या कुसुमवर करावे. प्रेमाचे उत्पादन कमीत कमी खर्चात होऊ शकते. कुसुमचे प्रेम चाळीच्या आर्थिक परिस्थितीतल्या चौकटीत बसणारे असते. कुसुमवर प्रेम केले, तर प्रेमाचे उत्पादन कमीत कमी खर्चात होईल.

* *

प्रत्यक्ष कर (डायरेक्ट टॅक्सेस) : सरकारला प्रत्यक्ष कर देणाऱ्या व्यक्तींवरच ज्या कराचा भार पडतो, असा कर. ह्या कराचा भार त्या व्यक्तीला दुसऱ्या व्यक्तीवर ढकलता येत नाही. आयकर (इन्कम टॅक्स) हे याचे उदाहरण.

बंडू : प्रेमाच्या राज्यात प्रत्यक्ष कर याचा अर्थ निराळा आहे. कर याचे अर्थ दोन. कर म्हणजे टॅक्स आणि दुसरा अर्थ कर म्हणजे हात. प्रेमाच्या राज्यामध्ये कराचा दुसरा अर्थच प्रचलित आहे. प्रत्यक्ष कर म्हणजे प्रेयसीचा कर. प्रत्यक्षरीत्या स्वत:च्या हातात प्रियकराचे कर घेणे- याला प्रत्यक्ष कर म्हणतात. पण 'प्रेमाचे सरकार' जिथे असते, त्या राज्यात करग्रहण म्हणजे लग्नाच्या वेळी वराने वधूचा कर आपल्या हातात घेणे— करग्रहण करणे. हे अनेकांच्या साक्षीने होणारे करग्रहण

म्हणजेच प्रत्यक्ष कर. (जाता-जाता : फार पूर्वी एका राज्यातल्या जनतेला आणि सरकारला 'करग्रहण' हा शब्द विवाहप्रसंगीच माहीत असे. 'कर-ग्रहण विवाह-समये एव यस्मिन् राज्ये.')

* *

बाह्य काटकसरी (एक्स्टर्नल इकॉनॉमीज्) : उद्योगाला काही पूरक सोई असतात. उदाहरणार्थ— वीजपुरवठा, पाणी, वाहतूक, प्रशिक्षण केंद्र इत्यादी. या गोष्टी परिस्थितीतून उपलब्ध होतात. त्यामुळे होणाऱ्या उत्पादन संस्थेतील बचती.

बंडू : प्रेम हा एक राष्ट्रीय पातळीवरचा उद्योग आहे. देशात कुठेही जा; प्रेमाचा उद्योग सर्वत्र सुरू असतो. प्रेमाच्या उद्योगात अक्षरश: हजारो तरुण कार्यरत असतात. या तरुण कर्मचाऱ्यांना प्रेमवीर असे म्हणतात. मनात योजून ठेवलेल्या प्रेयसीला भेटणे, तिचा अनुनय करणे, तिला प्रसन्न करण्यासाठी धडपडणे, तिला पत्र पाठविणे, तिला भेटवस्तू देणे, त्यासाठी कधी बसने तर कधी टॅक्सीने जाणे, तिला हॉटेलात नेणे अशा बऱ्याच गोष्टी प्रेमाच्या उद्योगात करायच्या असतात. हे सर्व करताना खूप खर्च होतो. त्यामुळे निदान बाह्य गोष्टीत तरी बचत करणे क्रमपाप्त होते. उदाहरणार्थ, प्रेयसीला भेटायला जाताना एकेक मिनिट एकेक तासासारखे वाटत असते. म्हणून बस स्टॉपवर बसची वाट पाहण्यापेक्षा सरळ काही प्रेमवीर टॅक्सीने जात असतात. काही प्रेमवीर मोगऱ्याचे गजरे घेऊन जातात. प्रेयसीला भेटायचे, तर कपडे झकपक पाहिजेत. प्रेमबाह्य अशा किती तरी गोष्टी प्रेमवीराला कराव्या लागतात. प्रेम हा देशभर पसरलेला अवाढव्य उद्योग आहे. हजारो प्रेमवीर या उद्योगात दिवसा जागे राहून दिवसपाळी करतात, तर रात्री झोपेतल्या स्वप्नात रात्रपाळी करतात. या उद्योगातील प्रेमवीरांनी टॅक्सीने न जाता बसने किंवा सायकलवरून गेले, मोगऱ्याऐवजी चमेलीच्या वेण्या दिल्या तर देशभर फार मोठी बचत सहज होऊ शकेल.

* *

भांडवल-उत्पादन-प्रमाण (कॅपिटल आऊटपुट रेशो) : भांडवलाच्या गुंतवणुकीचे उत्पादनवाढीशी असणारे प्रमाण म्हणजेच कॅपिटल आऊटपुट रेशो.

बंडू : प्रेम हे प्रेमाच्या राज्यातले सर्वांत मोठे उत्पादन होय. या देशपातळीवरील उत्पादनात लाखो प्रेमवीरांनी फार मोठे भांडवले गुंतविलेले असते. नुसतेच मनापासून

एकमेकांवर प्रेम करायचे दिवस आता राहिले नाहीत. प्रेमाचे औद्योगिकीकरण झाले आहे. भांडवल जेवढ्या प्रमाणात गुंतविले जाते, तेवढ्या प्रमाणात आऊटपुट लाभेलच, असे नाही. चुकीच्या ठिकाणी भांडवल गुंतविले, तर कित्येकदा प्रेमाचे आऊटपुट शून्य येते. आऊटपुटमध्ये भांडवलाच्या गुंतवणुकीच्या प्रमाणात फायदा होण्याऐवजी कित्येकदा नुकसानच होते. प्रेमात यश नाही मिळाले की प्रेमापायी केलेला खर्च, गुंतविलेले भांडवल कवडीमोल ठरते. प्रेमाच्या उद्योगात गुंतविलेले भांडवल आणि आऊटपुट यांचा मेळ नेहमी बसतोच, असे नाही. भांडवल आणि आऊटपुट यांचा रेशो अनेकदा विषम प्रमाणात असतो. प्रेमाच्या उद्योगात भांडवल - उत्पादन - प्रमाण हे नेहमी अस्थिर किंवा विषम रहाते.

* *

भांडवलाची सीमान्त फलक्षमता (मार्जिनल इफिशिअन्सी ऑफ कॅपिटल) : भांडवलाच्या गुंतवणुकीने नफ्याच्या प्रमाणात कितपत बदल होईल, यासंबंधीचे अनुमान.

बंडू : एका विवक्षित मुलीशी प्रेम करण्यासाठी योजना केली आहे. प्रेम करायचे म्हटले की हल्ली त्यात भांडवल गुंतवावेच लागते. पूर्वीचे प्रेम हे निरपेक्ष, नि:स्वार्थी, निर्व्याज असे होते. उदाहरणार्थ लैला-मजनू, रोमिओ-ज्युलिएट वगैरे.

मजनूला किंवा रोमिओला अनुक्रमे लैलावर किंवा ज्युलिएटवर प्रेम करायला एका दिनारचे किंवा पौंडाचे भांडवल गुंतवावे लागले नाही. परंतु हल्लीची प्रत्येक गोष्ट भांडवली खर्चाची होऊन बसली आहे. प्रत्येक गोष्टीच्या फलप्राप्तीसाठी पैसे गुंतवावे लागतात. एखादा प्रेमवीर एखाद्या प्रेमासाठी नियोजित अशा मुलीवर प्रेम करतो, तेव्हा तिला द्यायच्या विविध भेटवस्तूंसाठी भांडवलाची गुंवतणूक करतो. या गुंतवणुकीच्या बदल्यात प्रेयसीच्या प्रेमरूपी नफ्यात कितपत चढ-उतार किंवा बदल होत आहे, याचा अंदाज घेणे, म्हणजे 'मार्जिनल इफिशिअन्सी ऑफ कॅपिटल' होय.

* *

मागणीतालिका (डीमांड शेड्यूल) : एखाद्या वस्तूचे निरनिराळ्या किमतींना ग्राहक किती नग विकत घेतील, हे दर्शविणारी तालिका.

बंडू : प्रेमाचे उत्कट प्रेम, वैषयिक प्रेम, निरागस प्रेम, चालू प्रेम, विकाऊ

प्रेम, खरे प्रेम, खोटे प्रेम, उल्लू प्रेम, दिखाऊ प्रेम, तारुण्यजन्य प्रेम असे अनेक नग आहेत. प्रेमवीर हा ग्राहक आहे. कोणता ग्राहक प्रेमाचा कोणता नग किती किमतीला विकत घेऊ शकतो, यासंबंधीची एक मागणीतालिकाच प्रेयसींनी करून ठेवलेली असते. त्या तालिकेवरून निरनिराळ्या प्रेमवीरांची आर्थिक स्थिती, मनाची जडण-घडण, प्रेयसीकडे बघण्याचा दृष्टिकोन या गोष्टींची यथार्थ कल्पना या मागणी-तालिकेवरून म्हणजे डीमांड शेड्यूलवरून येते.

* *

मूल्यभेद (प्राईस डिस्क्रिमिनेशन) : निरनिराळ्या ग्राहकसमूहांना एकाच वस्तूचे आकारलेले निरनिराळे दर.

बंडू : प्रेयसी ही एक वस्तू आहे. प्रेम करण्यासाठी तिची व्यावहारिक उपयुक्तता आहे. त्यामुळे तिला विक्रीयता प्राप्त झाली आहे. या सुंदर प्रेयसीवर निरनिराळ्या आर्थिक स्तरांवरचे प्रेमवीर प्रेम करत आहेत. ती प्रेयसी भारीच 'प्रेमळ' असल्यामुळे निरनिराळ्या प्रेमग्राहकांना निरनिराळे दर आकारत. प्रेयसी एकच, परंतु दर मात्र निराळे. एक प्रेमवीर गडगंज श्रीमंत आहे. त्याला ती फाइव्ह स्टार हॉटेलात नेण्याचा दर लावते. दुसरा प्रेमवीर उच्च मध्यमवर्गीय आहे. त्याला ती प्रथम श्रेणीच्या हॉटेलाचा दर लावते; तर सर्वसामान्य मध्यमवर्गीय प्रेमवीराला 'तृप्ती', 'सुरुची', 'आस्वाद', 'समाधान', 'रसना' इत्यादी ब्राह्मणी हॉटेलांचा दर लावते. फाइव्ह स्टार हॉटेलाचा दर अर्थातच भारी असतो. प्रथम श्रेणीच्या हॉटेलात पदार्थ नेहमीचेच असतात, पण प्लॅस्टिक कव्हरमधे मेनूकार्ड वस्तूंच्या जादा किमतीसह असते. तिथली भाजी बारा रुपयांची असते, तर पावाचा दर दोन रुपये नग असा असतो. असे का, हे विचारायचे नसते. तिथे फ्राय पापडाला नगाला दोन रुपये पडतात, तर रोस्टेड पापडाला दीड रुपया पडतो. (या हॉटेलातल्या मेनूकार्डावर 'तळलेला', 'भाजलेला' असले गावठी शब्द वापरलेले नसतात.)

तीच प्रेयसी 'तृप्ती', 'आस्वाद'मध्ये प्रेमवीराबरोबर गेली की, वेटरला गरम काय, हा प्रश्न विचारू शकते. वेटर लगेच वस्तुसहस्रनाम तोंडपाठ म्हणून दाखवतो. त्यातून दोन बटाटावडे आणि चहा एवढ्यावरच काम भागते. इथला प्रेमाचा दर लोएस्ट असतो.

* *

रोकड सुलभता अधिमान (लिक्किड प्रेफरन्स) : हातांमध्ये रोख पैसे ठेवण्याची प्रवृत्ती. साधारणपणे तीन कारणांनी ही रोख रक्कम हाताशी ठेवावी, असे वाटते. एक : रोजच्या व्यवहारासाठी रोख पैसे लागतात. दोन : अचानकपणे काही अडचण निर्माण झाली तर, त्यासाठीही रोख पैसे असावे लागतात. तीन : भविष्यकाळात वस्तूंचे दर आणि व्याजाचे दर अधिक लाभदायक होतील, या अपेक्षेनेही रोख रक्कम ठेवली जाते.

बंडू : प्रेम जमले आहे. मग प्रेयसीसाठी खर्चाचा रतीबच सुरू होतो. त्या प्रेमळ प्रेयसीला दररोज काही ना काही तरी द्यावेच लागते. फुले, ब्लाऊज पीस, कॅडबरी, वगैरे अनेक गोष्टी त्यात आल्या. तिला सतत खूष ठेवण्यासाठी दररोज रोख पैसे खर्च करावेच लागतात. रोज रोख पैसे खर्च केले नाहीत तर वद्य पक्षातल्या चंद्राप्रमाणे प्रेम कमी-कमी होत जाण्याची दाट शक्यता असते. म्हणून दैनंदिन खरेदीसाठी रोख पैसे खिशात ठेवावे लागतात, हे प्रेमवीरांना बरोबर माहीत असते. रोख पैसे आणखी एका कारणासाठी लागतात. प्रेयसीला अचानकपणे एखादी (दैनंदिन खर्चापेक्षा जास्त किमतीची) वस्तू घ्यायची लहर येते. तेव्हा ती प्रेयसी प्रेमवीराला लाडात येऊन म्हणते, ''राजुड्या, मी परवा एका शोकेसमध्ये एक खूप-खूप सुंदर पंजाबी ड्रेस पाहिला आहे. किंमतही माफकच म्हणजे फक्त साडेसातशे रुपयेच आहे. हजारापेक्षा अडीचशे कमीच. तो ड्रेस माझा हा राजुड्या मला घेऊन देईल का?'' (गालावर नाजूक चापट! ते खुळं लगेच पाघळतं.) अशा वेळी रोख पैसे असणे आवश्यक असते.

* *

वर्तमान पसंती (टाइम प्रेफरन्स) : भविष्यकाळातील उपभोगापेक्षा वर्तमानकाळातील उपभोगाला प्राधान्य देण्याची प्रवृत्ती.

बंडू : एखाद्या प्रेमवीराला एखादी प्रेयसी मिळाली आहे. विशेष म्हणजे, ती त्याच्यावर प्रेमही करते आहे. प्रेयसीही स्वत:होऊन प्रेम करायला लागली की, अनेकदा प्रेमभंग झालेले अनुभवी प्रेमवीर मनातून साशंक होतात. आपल्याला लुबाडण्यासाठी तर ती प्रेमाचे नाटक करत नाही ना, अशी शंकेची पाल मनात चुकचुक करून जाते. परस्पर चैनी भागवायला बरा म्याडचाप भेटला, असा हेतू तर त्या प्रेमामागं नसेल ना, असेही वाटून जाते. प्रेयसीने लगेच प्रेमाला प्रतिसाद दिला की, अशा नाना प्रकारच्या शंका-कुशंका मनात येतात. परंतु, प्रेमाच्या बाबतीत नव्यानेच अप्रेंटिसशिप करणाऱ्या अनुभवी प्रेमवीरांना एवढे तारतम्य नसते. आपल्या

तिच्यावरील प्रेमापाठोपाठ प्रेयसीही आपल्यावर प्रेम करू लागली की, निओ-प्रेमवीर हुरळून जातात. भविष्यकाळात हिचे प्रेम असेच राहील का, आपल्या दोघांच्या प्रेमाची परिणती लग्नात होईल का, असा दूरवरचा विचार करतच नाहीत. भविष्यकाळ को मारो गोली, हा त्यांचा भविष्यकाळाकडे बघायचा दृष्टिकोन असतो. म्हणून काय उपभोग घ्यायचा आहे, तो वर्तमानकाळातच घ्यावा, अशा मताचे हे प्रेमवीर असतात. त्यामुळे सगळा पैसा ते वर्तमानकाळातच प्रेयसीच्या सहवासातल्या उपभोगावर खर्च करतात.

* *

विक्री व्यय (सेलिंग कॉस्ट्स) : वस्तूंची मागणी निर्माण करण्यासाठी करायचा खर्च. उदाहरणार्थ— जाहिरात, प्रदर्शन, वस्तूंचे नमुने फुकट वाटणे, घरोघर जाऊन प्रचार करणे इत्यादी.

बंडू : एक प्रेयसी आहे. तिच्यावर आपले, म्हणजे प्रेमवीराचे प्रेम पारंपरिक पद्धतीने एकतर्फी बसले आहे. तिच्या मनात आपल्या प्रेमाची मागणी करण्याची इच्छा व्हावी, यासाठी बऱ्याच गोष्टी कराव्या लागतात. ''प्रिये, माझे तुझ्यावर प्राणापलीकडे प्रेम आहे'', अशी नुसती डायलॉगबाजी करून चालत नाही. (कारण प्राणापलीकडचे प्रेम प्राण गेल्यावरच दिसणार. प्राणाअलीकडे असते, तर ते सहज दिसले असते.) हे आपले प्रेम तिने विकत घ्यावे, असे प्रेमवीराला खूप वाटते. पण प्रेमही आपलेच आणि सेलिंग कॉस्टही आपणच करायची, असले हे चमत्कारिक प्रकरण आहे. ज्याप्रमाणे हेअर कटिंग सलूनमध्ये केसही आपलेच जातात आणि पैसेही आपलेच जातात त्याप्रमाणे हा प्रकार असतो. प्रेयसीला तिच्याकडे असलेल्या प्रेमाची जाहिरात करावी लागत नाही किंवा प्रेमाचे सँपल्स फुकट वाटावे लागत नाहीत. कारण तिच्या प्रेमाला नेहमी खूप मागणी असते. मागणी असल्यावर सेलिंग कॉस्ट, जाहिरात, प्रदर्शन, फुकट सँपल वगैरे काहीही करावे लागत नाही. हे सगळे प्रेमवीराला मात्र करावे लागते. सेलिंग कॉस्टचे तंत्र वापरून आपले प्रेम प्रेयसीच्या गळी फुकट घालावे लागते. त्यासाठी तिच्यावरील प्रेमाची त्याला जाहिरात करावी लागते, प्रेमाचे प्रदर्शन करावे लागते, प्रेमाचे फुटकळ सँपल्स नमुना म्हणून प्रेयसीला अर्पण करावे लागतात. या निमित्ताने भरपूर भेटवस्तू तिला नेहमी द्याव्या लागत असतात. प्रेमाच्या जगातली सेलिंग कॉस्ट ही आपल्या जगातल्यापेक्षा वेगळी असते.

* *

व्यापारचक्र (ट्रेड सायकल किंवा बिझिनेस सायकल) : उद्योग किंवा व्यापारक्षेत्रात काही काळ तेजीचा जातो, तर काही काळ मंदीचा जातो. भांडवलशाही अर्थव्यवस्थेत हे प्रकार नेहमी दिसून येतात. हा जो चक्रनेमिक्रम आहे, त्याला ट्रेड सायकल असे म्हणतात.

बंडू : प्रेमाच्या क्षेत्रात प्रेम हेच मुख्य भांडवल असते. प्रामुख्याने प्रेमाचे भांडवल बाहेर कुठे गुंतवत नाहीत. त्यामुळे तिचे प्रेम ट्रेड सायकलमध्ये कधीच नसते. प्रेमवीराकडे त्याचे म्हणून जे पन्नास टक्के प्रेम असते, तेवढ्या पन्नास टक्के प्रेमावरच बहुतेक प्रेमवीर प्रेमाच्या उलाढाली करत असतात. प्रेयसींना नेहमी धुंडाळत राहावे लागते. व्यापार किंवा उद्योग म्हटला की, केवळ एकच एक प्रेयसी असून चालत नाही. आज या प्रेयसीकडे प्रेमाचा सौदा करून बघावा, कधी त्या प्रेयसीकडे ट्राय करून बघावे. एखादी प्रेयसी त्या प्रेमव्यापाऱ्याला बऱ्यापैकी प्रतिसाद देते, तेव्हा अशा उलाढालीला व्यापारचक्र असे म्हणतात.

* *

उपयुक्तता मूल्य (यूज व्हॅल्यू) : वस्तूच्या पुरवठ्याचा विचार न करता, केवळ तिच्या उपयोगितेवर मापले जाणारे मूल्य.

बंडू : प्रेयसी एकच आहे. तिच्याकडे तिचा स्वत:चा प्रेमाचा साठा आहे. त्या प्रेयसीवर दहा प्रेमवीर प्रेम करत आहेत. या दहा जणांना स्वत:कडे असलेले एक प्रेम वाटायचे झाल्यास प्रत्येकाच्या वाट्याला एक-दशांश प्रेम येईल. प्रेम ही गोष्ट प्रेमवीरांच्या दृष्टीने उपयुक्त आहे. पण एकच प्रेयसी दहा प्रेमवीरांना दहा प्रेम देऊ शकत नाही. कारण ती आणखी नऊ प्रेमांचा पुरवठा करू शकत नाही. कारण तसे करणेच अशक्य आहे. एक प्रेम भागिले प्रेमवीरांची संख्या याच पद्धतीने प्रेम-वाटपाचा प्रश्न सोडविता येतो.

* *

औद्योगिक संयोजनीकरण (इंडस्ट्रियल रॅशनलायझेशन) :

बंडू : एका विभागात दहा मुली आहेत आणि दहा प्रेमवीर आहेत. त्यातले पाच जण एकाच सुंदर आणि श्रीमंत मुलीच्या प्रेमात पडले असून, प्रत्येकाला वाटते, तिने फक्त आपल्यावरच प्रेम करावे. दोन प्रेमवीर एका श्रीमंत पण दिसायला अगदीच सो-सो अशा मुलीवर प्रेम करतात. दोघे जण एका गरीब, पण सुंदर

मुलीवर प्रेम करतात आणि राहिलेला एक प्रेमवीर दिसायला त्यातल्या त्यात बरी, अशा एका गरीब मुलीवर प्रेम करू लागला. दहाच्या दहा प्रेमवीर प्रेम करू लागले. त्यांनी दहांपैकी चार मुली प्रेमासाठी निवडल्या. सहा जणी तशाच बिनप्रेमाच्या राहिल्या. हे सगळेच प्रमाण अप्रमाणबद्ध आहे. पाच जणांनी एकाच मुलीवर प्रेम करणे, दोन जणांनी एकाच मुलीवर प्रेम करणे, हे व्यस्त प्रमाण होय. असल्या विषम प्रकारामुळे सहा मुली बिनप्रेमाच्या राहिल्या. प्रेमवीरांनी प्रेयसींची अशा पद्धतीने जी निवड केली, ती अशास्त्रीय आहे. वस्तुत: दहा मुली आणि दहा प्रेमवीर अशी वस्तुस्थिती आहे. पण विषम प्रेमसंख्येमुळे प्रेमाचा समतोल ढळला आहे. योग्य पद्धतीने वाटप करून घेतले, तर प्रत्येक प्रेमवीराला दरडोई एक मुलगी प्रेम करायला मिळाली असती. उरलेल्या सहा मुलींनाही कसला का होईना, प्रियकर मिळाला असता.

श्रीमंत आणि सुंदर अशा एकाच मुलीवर पाच जण प्रेम करत होते, ती स्पर्धाही आपोआप टळली असती. एक मुलगी आणि दोन प्रेमवीर हा प्रकारसुद्धा टळला असता. दोन प्रेमवीर आणि एक प्रेयसी असली की सुंदोपसुंदी अटळ असते. दरडोई एक मुलगी असे प्रमाण ठेवले असते, तर सुंदोपसुंदी सहज टळू शकते. या सर्वांच्या मुळाशी संयोजनीकरणाचा पूर्ण अभाव, हे कारण आहे. म्हणून प्रेमाची पुनर्रचना करून एक प्रेमवीर-एक मुलगी असे संयोजन केले असते, तर हा प्रेमाचा उद्योग सहजरीत्या मार्गी लागला असता. याला औद्योगिक संयोजनीकरण किंवा इंडस्ट्रियल रॅशनूलायझेशन असे म्हणतात. इथे इंडस्ट्री किंवा उद्योग म्हणजे प्रेमाचा उद्योग, असा अर्थ अभिप्रेत आहे.

* *

समस्तर संयोग (हॉरिझाँटल इंटिग्रेशन) : एकाच वस्तूचे उत्पादन करणाऱ्या उत्पादन-संस्थांचे एकसूत्रीकरण.

बंडू : सर्व प्रेयसी स्वतंत्ररीत्या आपापल्या प्रेमाचे उत्पादन करतात. प्रत्येकीच्या प्रेमाचे ग्राहक म्हणजेच प्रेमवीर कमी-जास्त संख्येचे असतात. त्यामुळे प्रेमाच्या वाटपात सुसूत्रता राहत नाही. एखाद्या प्रेयसीकडे पंचवीस प्रेमवीर आकर्षित झाले, तर प्रत्येकाच्या वाटणीला एक-पंचविसांश प्रेम येणार. म्हणजे अगदीच नगण्य; तर एखाद्या प्रेयसीकडे फक्त एकच प्रेमवीर आकृष्ट झाला, तर तो भाग्यवान प्रेमवीर. तो तिच्या संपूर्ण शंभर टक्के प्रेमाचा धनी होईल. अशा वेळी एकाच वस्तूचे उत्पादन करणाऱ्या उत्पादन-संस्थांचे एकसूत्रीकरण करण्याची निकड निर्माण होते.

अशा प्रकारे हॉरिझाँटल इंटिग्रेशन झाले की एकसूत्रीकरण केलेल्या सर्व प्रेमउत्पादन संस्था (म्हणजे सर्व प्रेयसी) सर्वांच्या एकत्रित प्रेमाचे समान वाटप सुलभ पद्धतीने करू शकतील.

बंडूने अशा प्रकारे अर्थशास्त्राचा आधार घेऊन अभिनव 'अर्थव्यवहार-कोश' तयार केला आहे. अर्थशास्त्रातील पारिभाषिक संज्ञांचा त्याने प्रेम-प्रेयसी-प्रियकर या त्रिकूटाशी संबंध जोडून हा अर्थव्यवहारकोश तयार केला आहे. प्रत्येक पारिभाषिक संज्ञा त्याने प्रेमाशी जमवून दाखवली आहे. हे या 'बंडूचा अर्थव्यवहार-कोश' या कोशाचे आगळे-वेगळे वैशिष्ट्य आहे.

■

६)
चालू समाजजीवन — काही नमुने

भाषांचं साटंलोटं

आपली मुलगी लग्न करून दुसऱ्याच्या घरी द्यायची आणि त्या घरातली मुलगी लग्न करून आपल्या घरी आणायची, या देवाण-घेवाण पद्धतीच्या लग्नाला साटंलोटं म्हणतात. मुलींप्रमाणेच भाषासुद्धा स्त्रीलिंगी आहेत. त्यांचंही साटंलोटं करायला काय हरकत आहे? स्वातंत्र्य मिळाल्यावर एकतर्फी व्यवहार सुरू झाला. हल्ली हा व्यवहार जोरात आहे. मराठी शाळेत इयत्ता पहिलीपासूनच इंग्लिश शिकवायला सुरुवात झाली आहे. मराठी भाषेचे लचके तोडून, तिथं इंग्लिश शब्दांचं कलम करायचं. मुलं त्याप्रमाणे इंग्लिश शब्दांचं कलम करतात. याआधी मुलं दहावीच्या इंग्लिश भाषेच्या पेपरात नापास झाली, तर ११-१२ टक्के, १७ टक्के, १९ टक्के मार्क मिळवून नापास होत असत आणि आता नापास झाली तर २८, २९ टक्के मार्क मिळवून नापास होतात. नापास व्हायच्या मार्कांची ही वाढ लक्षणीय आहे. पास-टक्क्यांच्या जवळपास येऊन नापास होणं म्हणजे, ऑर्डिनरी नापास होण्यापेक्षा सन्मानपूर्वक नापास होणं, हे प्रशंसनीय आहे. म्हणून इयत्ता पहिलीपासून इंग्लिश शिकवणं योग्य आहे. आणखी मागं जाऊन सुचवावंसं वाटतं— सरळ बारशालाच इंग्लिश सुरू करावं. 'कुणी गोविंद घ्या, कुणी गोपाळ घ्या' असं म्हणून बाळाला पाळण्यात ठेवतात. गोविंद-गोपाळऐवजी 'कुणी टॉम घ्या, कुणी हॅरी घ्या, कुणी डिक घ्या, कुणी बिल द्या, कुणी जॉर्ज घ्या', असं म्हणून

बाळाला पाळण्यात ठेवावं, म्हणजे कसं 'इंग्लिश-इंग्लिश' वाटेल.

'अडगुळं-मडगुळं सोन्याचं पडगुळं, रुप्याचा वाळा, तान्ह्या बाळा तीट लावू' हे बालगीत इंग्लिश-शाळलेल्या पद्धतीनं म्हणावं : 'हम्प्टी हम्प्टी गोल्डन पडगुळं सिल्वर वाळा, तान्ह्या चाइल्डा ब्लॅक स्पॉट लावू', म्हणजे लेकरू तान्हं असल्यापासून त्याचा इंग्लिश भाषेशी परिचय होईल. "चांदोबा चांदोबा-" बालगीत, 'मूनबा मूनबा भागलास का, लिंबोणी ट्री मागं हाइड झालास का,' असं म्हणावं. स्त्रीला डोहाळे लागले की तिनं सांगावं, "मला किनई ग्रीन टॅमरिंड (हिरवी चिंच) खावी वाटतं. बेक्ड सॉइल (भाजकी माती) खावी वाटतं." इयत्ता पहिलीपासूनचं इंग्लिश समजण्यासाठी आणखी मागं-मागं आलं की, पहिलीपासूनचं इंग्लिश 'मोकाटे'च्या इंग्लिशच्या तोडीचं इंग्लिश लेकरू बोलू लागेल. ही प्रक्रिया लवकर सुरू व्हावी. म्हणजे लेकरू इयत्ता दुसरीमध्ये गेल्या-गेल्याच ऑक्सफर्ड (बैलफोर्ड) इंग्लिश बोलू लागेल आणि दहावी नापास होण्यापूर्वीच शेक्सपिअरसारखी नाटकं लिहू लागेल. "टु जगावं की टु मरावं," (हॅम्लेट), "ब्रूट्स यू सुद्धा? (ज्युलियस सीझर)", "वन पाउंड यस नो ड्रॉप ऑफ ब्लड" (मर्चंट ऑफ व्हेनिस), असं धडाकेबाज लिहू लागेल.

आता साटंलोटं- इतके दिवस मराठी पहिलीपासून इंग्लिश असा वन वे ट्रॅफिक होता (ज्याप्रमाणे अकबराच्या काळापासून हिंदू-मुस्लिम ऐक्यासाठी हिंदूची मुलगी अन् मुसलमानाचा मुलगा असा विवाहाचा वन वे ट्रॅफिक होता, तसा.) आता मात्र 'मराठी पहिलीपासूनच्या इंग्लिश सुरू'प्रमाणे 'इंग्लिश पहिलीपासून मराठी सुरू' असं साटंलोटं सुरू होणार आहे. त्यानंतरचं घरोघरीचं दृश्य.

मराठी पहिलीपासून इंग्लिशवालं घर.

बॉय : मॉम, मी तुला हंड्रेड टाईम टोल्ड की, मला गार्डिअनची व्हेजिटेबल आवडत नाही. (पालकाची भाजी) दुसऱ्या घरात—

मुलगी : पप्पा, पिंकी, लीव्हज् आर ग्रोन (पानं वाढली) आहेत. जेवायला कमॉन.

मुलगा : ममी, ऑम्टीमध्ये सॉल्ट घालायला फर्गेट झालीस.

मुलगी : डॅडी, मला इंग्लिशमध्ये एटी फाइव्ह मार्कस् फेल. (८५ मार्क पडले.) माझा नंबर पहिला केम. (माझा नंबर पहिला आला.)

साटंलोटंमधलं साटं झालं; आता लोटं सुरू.

इंग्लिश पहिलीपासून मराठी सुरू, याप्रमाणे सुरू.

पिंकी : यू नो मराठी बेटर. पाणी मीन्स वॉटर, मील मीन्स जेवण, बाथ मीन्स अंघोळ, डॅडी मीन्स बाबा, ममी मीन्स आई. ममी, ॲम आय राइट?

ममी :	येस माय लेकरा.
	शाळेत डिबेटिंग.
स्टुडंट :	मी टुडे सेंट नॉलेजेश्वरा स्पीच करणार आहे. नॉलेजेश्वरानं नॉलेजेश्वरी बुक रोट केलं. ऑर्थोडॉक्स पीपल नॉलेजेश्वरला ज्ञानेश्वर म्हणतात अँड नॉलेजेश्वरीला ज्ञानेश्वरी म्हणतात.

एक तरुण प्रेमवीर आणि प्रेयसी—

तरुण :	ओ प्रियाळू लीली, युअर कंपनीमध्ये मला तास कसे गेले; कळलंच नाही.
तरुणी :	अँड युवर कंपनीमध्ये, मला दिवस कसे गेले, हे कळलंच नाही.

भाषांचं साटंलोटं ही कल्पना ग्रेट आहे.

खरं म्हणजे, या फँटॅस्टिक कल्पनेचा जगभर प्रसार झाला पाहिजे. मराठी पहिलीपासून इंग्लिश आणि व्हाइसे व्हर्सा काय म्हणून? जगातल्या सर्व प्रगत देशांत हे साटंलोटं गेलं पाहिजे. त्या-त्या देशामधल्या राष्ट्रप्रमुखांना पत्रं पाठवून ही योजना पटवून दिली पाहिजे. पत्राचे दोन तीन नमुने :

आदरणीय जे. सिरॅक

राष्ट्रपती : फ्रान्स, मु. पो. पॅरिस

स. न. वि. वि.

भाषिक साटंलोटं योजनेअंतर्गत आपण फ्रान्समधील शाळांमधून इयत्ता फ्रेंच पहिलीपासून मराठी लँग्वेज शिकवायला सुरू करावं. इकडे आमच्या भागात मराठी पहिलीपासून इंग्लिश आणि इंग्लिश शाळेत पहिलीपासून मराठी अशी साटंलोटं योजना सुरू झाली आहे. त्यामुळे भविष्यकाळात मराठी माध्यमाच्या शाळेत इंग्लिश शिकलेली मुलं प्रतिशेक्सपिअर होतील; आणि इंग्लिश माध्यमाच्या शाळांतून मराठी शिकलेली मुलं प्रतिज्ञानेश्वर-तुकाराम होतील. याच साटंलोटं पद्धतीनं आम्हीही मराठी माध्यमाच्या शाळांमधून इयत्ता पहिलीपासून फ्रेंच शिकवू. भविष्यकाळात फ्रान्समध्ये प्रति ह. ना. आपटे, प्रति ना. सी. फडके निर्माण होतील आणि आमच्याकडे प्रति अलेक्झांडर ड्युमा, मोलियर, सार्त्र, रूसो, वॉल्टेअर निर्माण होतील. उलटटपाली आपला अनुकूल निर्णय कळवावा.

कळावे,

आपला...

आदरणीय होर्स्ट कोहलर
चॅन्सेलर : जर्मनी
मु. पो. बर्लिन (रियुनिफाइड)
स. न. वि. वि.

भाषिक साटंलोटं योजनेअंतर्गत आपण जर्मनीमधील शाळांमधून इयत्ता जर्मन पहिलीपासून... बाकी मजकूर वरीलप्रमाणे- योग्य फरकासह- जर्मनीत न. चिं. केळकर, नाटककार कृ. प्र. खाडिलकर, राम गणेश गडकरी आणि मराठीत, शॉपेन हॉअर, गटे, मॅक्स मुल्लर निर्माण होतील वगैरे.

आदरणीय वॉल्दिमीर पुतीन
राष्ट्रपती, मु. पो. मॉस्को
स. न. वि. वि.

योग्य फरकासह सर्व वरीलप्रमाणे-

असं साटंलोटं झालं तर रशियात कुसुमाग्रज, पु. ल. देशपांडे (शक्य झाल्यास), वि. आ. बुवा (शक्य न झाल्यास दुसरा कुणी तरी), बाबासाहेब पुरंदरे निर्माण होतील आणि आमच्याकडे पुश्किन, टॉलस्टॉय, गॉर्की, अँतॉन चेकाव्ह, गोगेल निर्माण होतील.

याच साटंलोटं योजनेअंतर्गत स्पेन राष्ट्रपती किंग ज्युआन कार्लोस, पोर्तुगालचे जॉर्ज सॅपाइओ, चीनचे राष्ट्रपती हू जिंताओ, जपानचे प्रमुख अँपरर आकिहितो, स्वीडनचे राष्ट्रप्रमुख किंग कार्ल- सोळावे गुस्टाफ यांनाही पत्रं पाठवून साटंलोटं अंतर्गत योजनेत समाविष्ट करून घ्यावं. तेव्हा मराठीचे झेंडे सातासमुद्रापलीकडे जातील. महन्मंगल महाराष्ट्रातील आठ कोटी सध्याचे मराठी भाषिक लोक सर्वच्या सर्व इंग्लिश भाषेत भाषान्तरित होतील. 'तथास्तु' म्हणायचं, एवढंच!

नमुना : २

धार्मिक धर्मनिरपेक्ष

परस्परविरोधी दोन शब्द एकत्र आले असता, त्याला साहित्यात 'वदतो व्याघात' म्हणतात. उदाहरणार्थ 'राजा गोसावी.' राजा हा गोसावी कसा असू शकेल आणि गोसावी हा राजा कसा असू शकेल? आणखी एक नाव— 'गुलाम नबी आझाद'. या बाजूनं गुलाम आहे, तर त्या बाजूनं 'आझाद' आहे. 'विधवा कुमारी'. विधवा म्हणजे नवरा दिवंगत झालेला स्त्री आणि कुमारी म्हणजे अजून लग्न झालं नाही, अशी स्त्री. वदतो व्याघात हे असे असतात. याचप्रमाणे वागायचं धार्मिक

पद्धतीनं आणि बाता मारायच्या धर्मनिरपेक्षतेच्या. हा सुद्धा वदतो व्याघातच आहे. परंतु, बहुतेक राजकीय पक्षांना कपाळावर धर्मनिरपेक्षतेचं लेबल लावून काम करणं सोईचं असतं. एकसारखं तसंच म्हणत राहिलं, सामिष (मांसाहारी) भोजनासह आमिष दाखवलं म्हणजे, मतांचा जोगवा मागणं सोईचं होतं. निवडून आला तर, तो धर्मनिरपेक्षतेचा जय असतो आणि नाही निवडून आला तर, "जातीय प्रवृत्ती डोकं वर काढत आहेत; त्यांना ठेचून काढलं पाहिजे," असं मोठ्यांदा चार-सहा वेळा म्हटलं की, पडल्याचं दु:ख हलकं होतं. धर्मनिरपेक्ष हे मजेशीर 'बांडुंग' आहे. (नेमकं काय म्हणायचं, हे सुचलं नाही, की सर्वार्थी 'डुंग' म्हणावं. ५० हून अधिक वर्षांपासून हिंदी-चिनी भाई होण्याची परिषद बांडुंग इथं भरली होती. ती हो— पंचशीलवाली परिषद— भाई चीननं भारतावर हल्ला करण्याआधी झालेली.)

हे आबूराव. (कुणी पाठभेद म्हणून खाबूराव असंही म्हणतात) धर्मनिरपेक्ष, धर्मनिरपेक्ष, धर्मनिरपेक्ष, धर्मनिरपेक्ष अशी जपमाळ ओढत बसणाऱ्या राजकीय पक्षाचे क्रियाशील कार्यकर्ते. त्यांच्याशी बातचीत करू या. (बात आबूराव करतील, चीत आपण होऊ या.)

प्रश्न : आबूराव, तुम्हाला निवडणुकीचं तिकीट मिळण्याची कितपत शक्यता आहे?

आबूराव : माझ्याकडून सर्व बाजूंनी प्रयत्न सुरू आहेत. थोडंसं कंसातलं सांगतो. कसं— (पादत्राण कमलासहित पक्षश्रेष्ठींच्या चरणकमलांवर मस्तक ठेवून आलो. कंसाबाहेर येतो.) आलो. शेवटी सर्वशक्तिमान परमेश्वर करील ते खरं. त्याच्यावर भरवसा ठेवून वाट पाहत आहे.

प्रश्न : आबूराव, तुम्ही धर्मनिरपेक्ष आहात, निरीश्वरवादी आहात आणि परमेश्वरावर कसला भरवसा ठेवता?

आबूराव : ते सगळं सभेमध्ये बोलण्यासाठी असतं. एकदा का निवडून आलो की मग बघा— निरीश्वरवादी नंबर एक : मिस्टर आबूराव! धर्मनिरपेक्ष नंबर एक : आबूराव. सर्व-धर्मसमभाव नंबर एक : आबूराव.

प्रश्न : निवडणुकीच्या तिकिटासाठी पक्षश्रेष्ठींना भेटायला तुम्ही कधी जाणार आहात?

आबूराव : त्यासाठी मी ज्योतिषाला भेटणार आहे. राजधानीला जाण्याचा मुहूर्त काढून, त्या मुहूर्तावरच ट्रेनमध्ये पाय ठेवणार आहे. राजधानीला जायचं. म्हणून मी राजधानी एक्स्प्रेसनंच जाणार आहे. मुहूर्त गाठूनच जाणार आहे. नाही तर सगळंच ओम् फस् होईल.

प्रश्न : धर्मनिरपेक्ष म्हणून निवडून येण्यासाठी गाडीचासुद्धा मुहूर्त पाहणं, ही

तर चक्क धार्मिक अंधश्रद्धा आहे. हे तुम्हाला काय चालतं आबूराव?

आबूराव : त्याचं काय आहे प्रश्नराव, ते सगळं मला माहीत आहे हो. परंतु, निवडणुकीपूर्वी सगळं कर्मकांड करावंच लागतं. हे नाही केलं, तर हेच कर्मकांड करून जातीयवादी उमेदवार निवडून येईल आणि कुणी सांगावं— माझं डिपॉझिटसुद्धा हकनाक जाईल. मन:शांतीसाठी जे-जे धार्मिक ते-ते करावंच लागतं.

प्रश्न : मुहूर्त बघणार आहात, तर देवाला नवसही करून ठेवला की नाही? देवाला नवस तर अगदी मस्ट आहे.

आबूराव : ते कसं विसरेन? तीन देवांना तीन वेगवेगळे नवस करून ठेवले आहेत. पहिला नवस कुलदेवतेला केला आहे— ''देवी, माझ्या धर्मनिरपेक्षतेचा जय झाला की, पाच किलो वजनाचा सोन्याचा मुकुट तुझ्या चरणांवर अर्पण करीन.'' असा नवस बोलून ठेवला आहे. माझं दुसरं श्रद्धास्थान म्हणजे गुरुमाऊली थापाराम बापू. मी गुरुमाऊलीलाही नवस बोलून ठेवला आहे. माझ्या धर्मनिरपेक्षतेचा तिसरा नवस तिरुपतीला केला आहे. धर्मनिरपेक्ष म्हणून निवडून आलो की, माझे पणजोबा (तसबिरीतले) यांना अभिवादन करून त्या दिवशी बोलेन— परमेश्वरा, धर्मनिरपेक्ष म्हणून निवडून आलो, मी ५ किलो सोनं चरणांवर अर्पण करीन, असं आश्वासन देतो. (आश्वासन या शब्दांचा सराव मंत्री होण्याच्या आधीपासून सुरू केला आहे.)

प्रश्न : पक्षाच्या वतीनं तुम्ही मतदारांना कसली आश्वासनं देणार आहात?

आबूराव : आमच्या पक्षानं पंचवीस वर्षांपूर्वीच आश्वासनांची पर्मनंट यादी तयार करून ठेवली आहे. त्यात एका शब्दाचाही फरक न करता या आश्वासनांचा पुनरुच्चार केला जातो. इतर पक्षांप्रमाणे आश्वासनं वारंवार बदलण्याचा थिल्लरपणा आमचा पक्षा करत नसतो.

प्रश्न : आश्वासनांचं हे रौप्यमहोत्सवी वर्ष आहे. काही आश्वासनं सांगाल काय?

आबूराव : काही महत्त्वाची आश्वासनं सांगतो. (१) यंदाचा (प्रत्येक वर्षी 'यंदाचा') उन्हाळा 'टँकरमुक्त' उन्हाळा असेल. प्रत्येक टँकरवर पेंटरनं चुकून, 'टँकरमुक्त'ऐवजी 'टँकरमुक्त' उन्हाळा असं लिहून ठेवलेलं असतं. त्यामुळे 'टँकरमुक्त' हे आश्वासन लांबणीवर टाकावं लागलं. (२) मागाल त्याला द्या. (३) शेतकऱ्यांना वीज मोफत (पेटंट आश्वासन. सरकारं बदलतील, पण हे आश्वासन कायम.) (४) शेतकऱ्यांचं कर्ज

व्याजासह माफ. (५) नवीन कर्ज बिनव्याजी. (याला म्हणतात भावी सरकारचं शेतकऱ्यांवरील 'निर्व्याज' प्रेम.) (६) एकूण एक बेकारांना ताबडतोब नोकऱ्या. (७) प्रत्येक लग्नात वधूला आमच्या सरकारतर्फे २५ ग्रॅम शुद्ध सोन्याचं मंगळसूत्र आणि प्रत्येकी दहा ग्रॅम वजनाच्या सोन्याच्या चार-चार बांगड्या आहेर म्हणून देण्यात येतील. 'धर्मनिरपेक्ष' धर्माच्या वधूंना तेवढ्याच वजनाचे सोन्याचे अन्य दागिने देण्यात येतील. त्याचप्रमाणे— (८) नवरदेवाला सरकारतर्फे आहेर म्हणून दहा हजार रुपये रोख देण्यात येतील. (९) राज्यात एक लाख घरं बांधण्याचा संकल्प. (१०) सर्व जाती-धर्मांच्या लोकांना शासकीय सेवेत १०० टक्के आरक्षण. वगैरे वगैरे.

प्रश्न : पण हे सगळं कसं काय शक्य होणार?

आबूराव : हे अशक्य आहे, हे आम्हालाही १०० टक्के माहीत आहे. परंतु 'वचने किं दरिद्रता?'... 'फुकाचे मुखी बोलता कया बेचे?' निवडणुकीच्या वेळेस जाहीरनाम्यात हे असंच लिहायचं असतं. इतकं ऐसपैस, अघळपघळ, आवाक्याबाहेरचं काम असतं. परंतु, आमच्या पक्षाच्या जाहीरनाम्यात हे सगळं लिहावंच लागतं. वेलीवर द्राक्षांचे घोसच्या घोस लोंबकाळत असतात, त्याप्रमाणे आश्वासनांचे घोस वेलीवर येऊ देत. हे सगळं अशक्य आहे, आवाक्याबाहेरचं काम आहे, हे पक्षश्रेष्ठींना पक्कं माहीत असतं. पुढचं पुढं बघूतोपर्यंत आमच्या पक्षाचा विजय हा धर्मनिरपेक्ष शक्तीचा विजय आहे, असं म्हणत राहायचं. त्यामुळे वातावरणनिर्मिती चांगली होते.

प्रश्न : मतदारांनी आश्वासनपूर्तीबद्दल विचारलं, तर त्यांना काय उत्तर देणार?

आबूराव : पहिली दोन वर्षं तशीच जाऊ द्यायची. मग हळूच जाहीर करायचं की, निवडणुकीच्या वेळी जनतेला दिलेली बहुतेक कामं-आश्वासनं पूर्ण झाली आहेत. आता फक्त १९ टक्के आश्वासनं बाकी आहेत. ती काही दिवसांत पूर्ण होतील. मतदारांना दिलेली आश्वासनं फक्त धर्मनिरपेक्ष सरकारच पूर्ण करू शकतं, हे न विसरता एकसारखं सांगत राहायचं. इतका वेळ झाले धर्मनिरपेक्ष आबूराव. राव झाले, आता पंत— खाबूपंत. त्यांच्याशी गप्पाटप्पा करू या.

प्रश्न : नमस्कार खाबूपंत. आपली भेट हॉटेलपाशीच पडली आहे. चला, काही तरी खाऊ या.

खाबूपंत : छे! आज नको, उपवास आहे. कडकडीत उपवास. निर्जळी उपवास.

चालू समाजजीवन - काही नमुने / ६१

प्रश्न :	अहो, तुम्ही धर्मनिरपेक्ष तिकिटावर निवडणूक लढवणार आणि उपवास कसले करता जातीयवादी लोकांसारखे?
खाबूपंत :	धर्मनिरपेक्ष पक्षाचं तिकीट मिळावं म्हणून तर उपवास करतो. हे उपवास चोरून करावे लागतात. ते जातीयवादी पक्ष आहेत ना, ते हे जाहीर करून आम्हाला अडचणीत आणतील. आम्हा धर्मनिरपेक्ष पक्षाच्या कार्यकर्त्यांना उपासतापास गुपचूप करावे लागतात.
प्रश्न :	उपवास तरी कसला आहे?
खाबूपंत :	शनिवारच्या उपवासाचा संकल्प केला आहे. आजचा १८ वा उपवास आहे. आणखी तीन उपवास पार पडले की, लगेच नजीकच्या रविवारपासून पहिल्यासारखा धर्मनिरपेक्ष होणार आहे. आमच्या पक्षाची मूळ वैचारिक बैठक धर्मनिरपेक्ष राजकारणाचीच आहे.
प्रश्न :	उपवासाच्या दिवशी काय काय करता?
खाबूपंत :	शनिवारचा उपवास म्हणजे मारुतीचा उपवास. मी प्रत्येक शनिवारी रुईच्या पानांचा हार आणि तेल मारुतीला घालून येत असतो. आता तिकडूनच आलो आहे.
प्रश्न :	खाबूपंत, तुम्ही हे सगळं करता म्हणजे टू मचच वाटतं. असलं कसलं धर्मनिरपेक्षपण?
खाबूपंत :	बाहेरून कीर्तन, आतून तमाशा, या चालीवर आतून धर्मनिष्ठा आणि बाहेरून धर्मनिरपेक्ष असं आमचं दुहेरी व्यक्तिमत्त्व असतं. माझे २१ शनिवार फळाला आले, तर मला माझ्या जातीचे मतदार ज्या मतदारसंघात जास्त आहेत, त्याच मतदारसंघात मला उभा करतील. निवडून आल्यावर धर्मनिरपेक्ष होताच येत नाही. धर्मनिरपेक्ष वगैरे खुर्च्या पक्क्या झाल्यावर करायच्या गोष्टी असतात.
प्रश्न :	नीट खुलासा करून सांगाल का?
खाबूपंत :	हे बघा प्रश्नराव, साधी गोष्ट आहे. सदाशिव मतदारसंघात युसूफ अली इब्राहिम याला उभा करून चालेल का? तसंच भेंडीबाजार, महंमद अली रोड मतदारसंघांमध्ये चितळे, परांजपे, जोशी, रानडे, गोखले यांच्यापैकी कुणाला तरी उभा करून चालणार नाही. केवळ धर्मच नव्हे, तर जातसुद्धा पाहावी लागते. 'खावे चणे लोखंडाचे, तेव्हा ब्रह्मपदी नाचे' या चालीवर 'चणे खावे जातीय पदाचे तेव्हा धर्मनिरपेक्षपदी नाचे' असा प्रकार असतो.

हे तिसरे धर्मनिरपेक्ष शंभूराव.

प्रश्न : काय शंभूराव, एकदम खुषीत दिसता?

शंभूराव : शेवटी प्रमुखपदी पक्षश्रेष्ठींनी माझीच पुन्हा निवड केली. धर्मनिरपेक्ष शासनाचा प्रमुख म्हणून माझीच पुन्हा निवड झाली, तर अमुक नवस फेडीन. महागणपतीपुढं बोलून मी राजधानीला गेलो होतो. काम फत्ते झालं. आपल्या राजधानीत आल्यावर, विमान उतरल्यावर मी प्रथम महागणपतीच्या दर्शनाला जाऊन, मनातल्या मनात नवस बोलून महागणपतीला सांगितले, 'नवस लक्षात आहे. मुकाट्यानं माझा नवस फेडीन.'

प्रश्न : आपल्या मनासारखं झालं. आता तुम्हाला वाटतं?

खाबूपंत : कसं मोकळं-मोकळं, धर्मनिरपेक्ष व जातीय प्रवृत्तीचा झाल्यासारखं वाटतं. महाएकादशीच्या दिवशीच्या पूजेपर्यंत कडक धर्मनिरपेक्ष आहे.

नमुना : ३

धर्मनिरपेक्ष धर्मनिष्ठ

प्रश्न : प्रमाण धर्मनिष्ठराव जातीयताराव.

धर्मनिष्ठ : प्रश्नराव, तुम्ही मुद्दाम आमची चेष्टा करतात. आम्ही धर्मनिष्ठ असलो तरी आमची विचारप्रणाली धर्मनिरपेक्ष आहे. हे राष्ट्र बहुसंख्य धर्मीयांचं असलं तरी अल्पसंख्याक आहे.

प्रश्न : तुमच्याकडे अल्पसंख्य आहेत कुठे? सगळे अल्पसंख्य धर्मनिरपेक्ष-वाल्यांच्या व्होट बँकेमधल्या सेफ डिपॉझिट व्हॉल्टमध्ये सुरक्षित ठेवलेले आहेत. मतदानाच्या दिवशी त्यांना बाहेर काढलं जातं. बोटाला मतदानाची शाई लागल्याची खात्री पटली की, पुन्हा सेफ डिपॉझिट व्हॉल्टमध्ये ठेवतो.

धर्मनिष्ठ : तीच तर आमची पंचाईत होऊन बसली आहे. सगळे अल्पसंख्याकवाले तथाकथित धर्मनिरपेक्षवाल्यांनी पळवले असल्यामुळे एकेक अल्पसंख्य मिळवण्यासाठी खूप वणवण करावी लागते. आम्हाला अल्पसंख्य मिळत नाहीत याचा फायदा धर्मनिरपेक्षवाले घेऊन आम्हाला जातीयवादी म्हणतात.

प्रश्न : अधिक प्रयत्न करून पाहिलात का?

धर्मनिष्ठ : मोठ्या मुश्किलीनं प्रत्येक अल्पसंख्य समाजाचे दोन-तीन जण मिळवले आहेत. त्यांना सतत आंजारून-गोंजारून ठेवावं लागतं. चाकू, सुरी,

कात्री यांना धार लावण्याचा व्यवसाय करणाऱ्या एका अल्पसंख्य इसमाला संरक्षणमंत्री करतो म्हटल्यावर टिकून राहिला. चाकू, कात्रीच्या आधारावर त्याला कॅबिनेट दर्जाचा संरक्षणमंत्री केला.

प्रश्न : आणखी कुणी अल्पसंख्य समाजाचे आहेत काय? धर्मनिरपेक्षपणा वरकरणी दाखवायला का होईना, चार अन्य समाजाचे लोकही पाहिजेत.

धर्मनिष्ठ : बरीच पायपीट केल्यावर सत्ताधारी समाजातला एक जण मिळाला. घडाशीवाला होता. तो म्हणाला, ''मला अवजड उद्योगमंत्री करा. कॅबिनेट रँकचा.'' तोंडी लावण्यापुरता का होईना, आणखी एक अल्पसंख्य मिळाला. हा अवजड उद्योगमंत्री डोईजड झाला तरी त्याला घट्ट सांभाळून ठेवावं लागतं. धर्मनिष्ठ, जातीय हे शिक्के पुसण्यासाठी फार किंमत मोजावी लागते.

प्रश्न : आणखी एखादा अल्पसंख्य असायला पाहिजे. म्हणजे, जातीयतेचा कलंक बराच फिका झाला असता. बरोबर आहे ना?

धर्मनिष्ठः एक टेलर मिळाला. तो उरलेला अल्पसंख्य आहे. त्यालाही कॅबिनेट रँकचा मंत्री करावं लागलं. वस्त्रोद्योग खात्याचा मंत्री. करणार काय? अल्पसंख्याकांना गोंजारून ठेवावं लागतं. आता कामापुरता का होईना, आमचा जातीयवादी म्हणून हिणावला पक्ष धर्मनिरपेक्ष झाला. धर्मनिरपेक्ष आहोत, हे दाखवण्यासाठी महत्त्वाची खाती आम्ही घालवून बसलो. आणखी एक देशी अल्पसंख्य घ्यावा लागला. किराणा-मालाचं दुकान होतं. तो म्हणाला, कॅबिनेट रँकचा फूड मिनिस्टर करा. केला त्यालाही कॅबिनेट मिनिस्टर.

प्रश्न : मधून-मधून ब्लॅकमेलिंग करतात का?

धर्मनिष्ठ : करतात ना! त्यांच्या आप्तजनांनाही महामंडळाचे अध्यक्ष करा, नाही तर मंत्रिमंडळातून बाहेर पडतो. हे अल्पसंख्य टिकवून ठेवणं तारेवरची कसरत आहे. या चार-पाच जणांमुळे का होईना, आमचा पक्ष धर्मनिरपेक्षपणा कसाबसा टिकवून आहे.

नमुना : ४
युधिष्ठिरनीती

पांडव वनवासात असताना कौरव त्यांच्यावर चाल करण्याच्या हेतूने निघाले होते, परंतु वाटतेच चित्रसेन गंधर्वानं कौरवांवरच हल्ला केला. तेव्हा सर्व पांडवांना आनंद झाला. परंतु, युधिष्ठिर आपल्या भावंडांना म्हणाला, ''काही झालं तरी

कौरव आपले भाऊ आहेत. बाहेरच्या शत्रूनं हल्ला केल्यावर त्या शत्रूचा पराभव करण्यासाठी आपण ५+१०० = १०५ आहोत, हे लक्षात ठेवा. नंतर पाहिजे तर आपसात भांडत बसू. त्या वेळी त्यांना सांगू, 'वयं यूयं यूयं वयम्' (आम्ही म्हणजे तुम्ही. तुम्ही म्हणजे आम्ही.) हा करार संपला. आता पुन्हा पहिल्याप्रमाणे 'यूयं यूयं वयं वयम्' (तुम्ही तुम्ही आहात, आम्ही आम्ही आहोत. बाय बाय!)'' युधिष्ठिर भावंडांना म्हणाला, ''एक तत्त्व लक्षात ठेवा. बाहेरचा शत्रू आला की घरचा शत्रू मित्र!''

'ते शतं हि वयं पंच, स्वकीये विग्रहे सती । अन्यैश्च कलहे प्राप्ते, वयं पंचाधिकं शतम् ।'

ही युधिष्ठिरनीती सर्व प्रकारच्या काँग्रेसचा आदर्श आहे. आतापर्यंत मूळ काँग्रेसामधून अनेक काँग्रेस निघाल्या. आपसात भांडत राहिल्या. परंतु राज्य किंवा देशस्तरावरच्या निवडणुका आल्या की, अन्य राजकीय पक्षांचा पराभव करण्यासाठी एकत्र येतात आणि वयं पंचाधिकं शतम् या युधिष्ठिरनीतीचा उपयोग करून निवडून येतात. सत्ता आपसात वाटून घेतात आणि नंतर एकमेकांच्या उरावर बसतात. हे वैर पुढच्या सार्वत्रिक निवडणुका येईपर्यंत चवीनं टिकवून ठेवतात. काम झालं की पुन्हा 'यूयं यूयं, वयं वयम्'! भाऊबंदकी पुन्हा सुरू. महानगरपालिका, जिल्हा परिषदा, ग्रामपंचायती असल्या निवडणुका आल्या की हेच 'वयं पंचाधिकं शतम्वाले' ही निवडणूक आम्ही स्वबळावर लढवू, असे म्हणून 'शंखं दध्मौ पृथक् पृथक्' करतात.

नमुना : ५

येथे मिळेल

'येथे मिळेल' ही दोन शब्दांची पाटी तशी जुनीच आहे. ''येथे जगातील कोणत्याही भाषेतील कागदपत्रांच्या झेरॉक्स प्रती 'प्रत्यक्षाहुनी प्रतिमा उत्कट' अशा तयार करून मिळतील.'' ...''येथे दिवाळीत न उडालेल्या फटाक्यांना पुन्हा वाती बसवून मिळतील. (अशा कमीत कमी २५ फटाक्यांची ऑर्डर स्वीकारली जाईल.)'' ...''येथे शास्त्रशुद्ध आणि तर्कसुसंगत थापा शिकवल्या जातात.'' ...''येथे दहा भाषांतून मौन कसं पाळावं, हे शिकवलं जातं.'' ...''येथे फिनेल, फुलवाती, डांबराच्या गोळ्या, समईच्या वाती, व्यंकटेश स्तोत्र, जानवी जोड, कोकम, सांडगे, गोपीचंदन, साबुदाण्याच्या पापड्या, दर्भ, उपवासाच्या चकल्या, सुवासिक आणि डासाच्या अगरबत्त्या, साखरफुटाणे, तुळशीची जपमाळ, पळी, पंचपात्र, ताम्हण, आयुर्वेदिक गजकर्ण मलम, दाते पंचांग मिळेल.'' (बहुतेक सुशिक्षित पेन्शनराचं

दुकान असावं.)

आणखी काही 'येथे मिळेल'

''येथे आठ प्रकारे मांडी कशी घालावी, हे शिकवले जाते.'' ...''येथे सोळा सोमवारच्या उद्यापनासाठी सोळा दांपत्ये (+आणखी दोन इमर्जन्सीसाठी) नेहमी मिळतील.'' ...''वादविवादात प्रतिपक्षावर कुरघोडी कशी करावी याचे वर्ग येथे चालवले जातात.'' ...''येथे मिळेल'' हे दोन शब्द विश्वव्यापी आहेत. कुणी सांगावं, सूर्यावरसुद्धा ''येथे हायड्रोजन आणि हेलियम वायू रास्त भावाने मिळेल.'' अशी पाटी असू शकेल.

'येथे मिळेल' यामध्ये हल्ली नवनवीन भर पडत आहे. परंतु या नवीन 'येथे मिळेल' पाट्या अक्षरीऐवजी गुप्त असतात. या गुप्त पाट्या वाचता येतात, असं या पाट्यांचं वैशिष्ट्य आहे. अशाच काही गुप्त पाट्या वाचा.

येथे टिंब टिंब टिंब मिळते

राजकीय पक्ष फोडण्यासाठी काय (काय) करावं लागतं याचं प्रशिक्षण इथे मिळतं. केवळ एक लोकप्रतिनिधी फोडण्यापासून ते थेट पक्षाला खिंडार पाडण्यापर्यंत विविध कारस्थाने शास्त्रशुद्ध पद्धतीने शिकविली जातात. घोडेबाजारात योग्य किंमत येण्यासाठी काय काय हिकमती करायच्या, सरकार बनवू इच्छिणाऱ्या थोरल्या पक्षाला खिंडीत पकडून आपलं मूल्य (आणि किंमतही) कसं वाढवायचं, मधूनमधून ब्लॅकमेलिंग कसं करायचं, न्यूसन्स व्हॅल्यूचा हिसका कसा दाखवायचा आणि हे सर्व करून महत्त्वाचं पद कसं मिळवायचं; या सर्व गोष्टींचं शिक्षण अनुभवी, जाणकार तज्ज्ञांकडून दिलं जातं. राज्यातून केंद्रात जाण्यासाठी काय काय खटाटोप करावा लागतो याचंही 'पोस्ट ग्रॅज्युएट' शिक्षण दिलं जातं. संपर्क साधा- टिंब टिंब टिंब.

अपक्षीयांचं मूल्यमापन

दोन दादा पक्षांना जवळजवळ समान मतं पडली असता, आपल्या पक्षाचं सरकार स्थापन करण्यासाठी दोन्ही पक्षांची अटीतटीची धडपड सुरू असते. अशा वेळी निवडून आलेल्या अपक्ष व्यक्तींचा भाव एकदम वाढतो. त्या अपक्ष व्यक्तीला किंवा व्यक्तींना कोणत्या चढत्या भावानं विकत घ्यायचं, अपक्षीयांचं बाजारभावाप्रमाणे व्हॅल्युएशन कसं करायचं, दोन्ही दादा पक्षांना पद्धतशीरपणे कसं लोंबकळत ठेवायचं, सौदेबाजी करताना किती ताणत न्यायचं, दोन्ही पक्षांना कशा हुलकावण्या

द्यायच्या, कोणकोणती मंत्रिपदं किती मागायची, या आणि आणखी अन्य बाबतीत मुरब्बी ज्योतिषाकडून मार्गदर्शन केलं जाईल. बाका प्रसंग निर्माण झाल्यावर किती ताणून धरायचं, याही गोष्टीचा योग्य सल्ला जाईल. मधूनमधून 'काढून घेऊ का पाठिंबा', हा नऊ अक्षरी मंत्री कधी म्हणायचा, याचंही योग्य शिक्षण दिलं जाईल.

भेटा : टिंब टिंब टिंब.

पक्षाला भगदाड पाडणं

हा महत्त्वाचा उद्योगही आम्ही पद्धतशीरपणे पार पाडून देतो. किती प्रतिनिधी फोडायचे, ते सांगा. पक्षांतर कायद्याप्रमाणे कमीत कमी अमुक संख्येनं लोकप्रतिनिधी फोडणं आवश्यक असतं. आर्थिक व्यवहारासाठी प्रत्यक्ष संपर्क साधा. शासनकर्त्या पक्षातील लोकप्रतिनिधी फोडायचे असल्यास त्याचे दर निराळे असतील. सर्व व्यवहार तोंडी आणि खासगीत केले जातील.

एकगठ्ठा मतं

कोणत्याही राजकीय पक्षाला एकगठ्ठा मतं मिळण्याची सोय. निवडून येण्याची खात्री. आमच्याकडे विविध प्रकारची एकगठ्ठा मतं मिळतील. प्रत्येक प्रकारचे भाव पर व्होट निराळे आहेत. ठरलेल्या रेटनं पैसे ॲडव्हान्स दिल्यास हिशेबानं जेवढी मतं होतील, ती मिळण्याची गॅरंटी. आम्ही पाठवणार असलेले मतदार आमच्या हुकमतीतले आहेत. म्हणून मुळीच डोंट वरी. वुई आर ना! अधिकृत मतं देऊनही मतं कमी वाटत असतील, तर आम्ही बोगस मतदारांचाही पुरवठा करतो. त्यांचा दर ५० टक्क्यांनी जास्त आहे, याची कृपया नोंद घ्यावी. संपर्क- गुपचूप साधा- टिंब टिंब टिंब.

प्रचारासाठी भाडोत्री माणसं

कोणताही राजकीय पक्ष असो; त्या पक्षासाठी आणि पक्षाच्या उमेदवारांसाठी बेंबीच्या देठापासून ओरडणाऱ्या माणसांचा आमच्याकडे भरपूर स्टॉक आहे. ही माणसं भाड्यानं तासांच्या हिशेबानं आणि ट्रकच्या दरानं मिळतील. किती ट्रक भरून माणसं पाहिजेत, ते कळवा. माणसं तयार आहेत. एका ट्रकमध्ये हाडकुळी, मध्यम साईजची आणि बॉडीवाली मिळून सुमारे ५० माणसं मावतात. मोठ्यांदा ओरडण्यात ही माणसं चॅम्पियन आहेत.

ही भाडोत्री माणसं त्या-त्या वेळेपुरती त्या-त्या पक्षाशी निष्ठावंत असल्याचं अप्रतिम प्रदर्शन करतात. तशी ती माणसं ट्रेंड आहेत. ''आमचा विचार पक्का...

वर मारा शिक्का,'' ही घोषणा सर्व पक्षांसाठी समान राहील. पण शिक्का मारायचं चिन्ह बदलून ओरडतील.

विशेष सूचना- त्याच दिवशी तीच माणसं त्याच ट्रकमधून ड्रेस बदलून विरोधी पक्षाचाही प्रचार करतील, याची कृपया नोंद घ्यावी. शेवटी आमचाही व्यवसाय आहे. त्वरा करा आणि आपली ट्रक्सची ऑर्डर नोंदवा.

नमुना : ६
प्रामाणिकपणे खोटं

एक लाख रुपये घ्या आणि प्रामाणिकपणे खोटं सांगा.

''मी नेहमी स्नानासाठी 'वन झिरो झिरो' साबण वापरते. माझ्या नितळ कांतीचं हेच रहस्य आहे.'' —उरोजबाला- अभिनेत्री

''मी भोटे क्लासचा विद्यार्थी होतो, म्हणूनच मी दहावीच्या परीक्षेत बोर्डात पहिला आलो.'' —धोंडो कोंडो खंडाळे- विद्यार्थी.

''माझ्या लांबसडक, रेशमासारख्या मुलायम व भरगच्च केसांचं रहस्य- मी नेहमी 'केशाकषर्ण तेल' वापरते''—पयोधरा- अभिनेत्री.

■

७)

आधारवड

"अहो ऽ ऐकलंत का?" पहिल्या बाळंतपणासाठी मुंबईहून माहेरी मिरजेला आलेल्या डॉ. रा. द. प्राणी यांच्या कन्या सौ. लीलाताई पहिल्या बाळाला पाहण्यासाठी मुद्दाम आपले यजमान बाळासाहेब यांना म्हणाल्या, "बाळूचा (लीलाताईंचा धाकटा भाऊ) विनायक नावाचा मित्र आहे. शिक्षण झेपणार नाही, असं त्याचं म्हणणं आहे. तुम्हाला सांगून मुंबईत एखादी नोकरी बघा, असं त्यानं मला आवर्जून सांगितलं आहे. तुम्ही मुंबईला गेल्यावर एखादी नोकरी बघा आणि पत्रानं कळवा."

"हा विनायक तुझ्या चांगल्या माहितीचा आहे ना?" बाळासाहेबांनी विचारलं. "होय, चांगल्या घरचा सुसंस्कृत मुलगा आहे." लीलाताई म्हणाल्या. लीलाताईंचं हे सर्टिफिकेट पाहून बाळासाहेब म्हणाले, "तर मग मी आजच विनायकला मुंबईला घेऊन जातो. नोकरी लागेपर्यंत त्याला आपल्या घरीच ठेवून घेतो. विनायकला नक्की नोकरीला लावतो."

हे सुवृत्त कळल्यावर विनायक सुखावला. तरीही तो संकोचानं बाळासाहेबांना म्हणाला, "मी आज तुमच्याबरोबर येत नाही. तुम्ही नोकरीचं पक्कं झाल्यावर कळवा. मी लगेच येईन."

"ठीक आहे." बाळासाहेब म्हणाले. रात्री निघून मुंबईला गेले.

आठ दिवसांच्या आतच पत्र आलं, 'विनायकला पाठवा. नोकरी पाहून ठेवली आहे.' विनायक लीलाताईंना धन्यवाद

देऊन निघाला. मुंबईला त्यांच्या घरी गेला.

बाळासाहेबांनी विनायकला त्या दिवशीच नोकरीला लावलं. नोकरी तशी खासगी होती. तूर्त आधार म्हणून ठीक होतं. बाळासाहेब मुंबईतील व्ही. जे. टी. आय्. या सुप्रसिद्ध तांत्रिक महाविद्यालयात नोकरीला होते. तेथील रसायनशास्त्र विभागात एक जागा रिकामी होती. बाळासाहेबांनी लगेच त्या जागेवर विनायकला चिकटवलं. बाळासाहेबांनी विनायकला व्ही. जे. टी. आय्. मध्ये चिकटवताना फेव्हिकॉलचा पितामह खुर्चीला लावला असावा. कारण विनायकला नोकरीला चिकटवल्यानंतर तो तिथं तब्बल बेचाळीस वर्षं चिकटून बसला होता.

वरील किस्सा १९४४ चा आहे. या किश्श्यातील बाळासाहेब म्हणजे, 'आधारवड' या पुस्तकाचे चरित्र नायक आणि चिरंजीव विनायक म्हणजे सर्वांना माहीत असलेले वि. आ. बुवा. बाळासाहेब पुढं दादासाहेब झाले. आता इथून पुढं दादासाहेब हे लोकप्रिय नाव चालू. भविष्यकाळात बहुतजनांसी आधारू झालेले दादासाहेब ताटके अर्धशतकापूर्वी मला आधारू झाले होते. तुकाराममहाराज त्यांच्या उत्तर आयुष्यात म्हणतात, "तुका म्हणे आता, उरलो उपकारापुरता." दादासाहेबांच्या बाबतीत मात्र 'जगती उपकारापुरते' असंच म्हणावं लागेल. अगदी तरुण वयापासूनच दादासाहेब परोपकारी वृत्तीनं वागत आहेत. जणू काही त्यांच्या रक्तवाहिन्यांतून रक्त वाहत नसून, द्रवरूपानं परोपकारच वाहत आहे. (जाता-जाता : न. चिं. केळकर आणि त्यांचे कुटुंबीय सगळेच लेखक होते. म्हणून त्या काळात असं म्हटलं जात असे की, 'समस्त केळकरांच्या रक्तवाहिन्यांतून रक्त वाहत नसून शाई वाहत आहे.' पाणी वाहत असताना वाटेत खड्डा असेल तर तो भरून पाणी पुढं जातं. पाण्याचा हा स्वाभाविकच धर्म आहे. दादासाहेबांच्या जीवनप्रवाह असाच आहे. वाटेत दुसऱ्यांच्या अडचणीचे, दुःखाचे, असहायतेचे खड्डे दिसले की, आपल्या परोपकारी वृत्तीनं ते खड्डे भरून त्यांचा जीवनप्रवाह पुढं जाऊ लागतो. (वाहनांप्रमाणं वळसा घालून जाण्याचा अलिप्त रूक्षपणा करत नाही.)

दादासाहेब ताटके यांच्या व्यक्तिमत्त्वाची ही केवळ झलक आहे. दादासाहेबांच्या प्रदीर्घ काळच्या सेवाभावी कर्तृत्वानं भारावून जाऊन, अविनाश टिळक यांनी 'आधारवड' हे सार्थ नाव देऊन त्यांचं चरित्र पुस्तकरूपानं प्रसिद्ध केलं आहे. चरित्रनायक चांगला असला की, गणपती आणि सरस्वती हे दांपत्य चरित्रलेखकाच्या अनुक्रमे हातात आणि डोक्यात मुक्कामाला येऊन राहतं. याची प्रचीती हे पुस्तक वाचताना येते. दांपत्यच लेखकाकडून लेखन करवून घेतं. अविनाश टिळक यांना हे विद्या-दांपत्य प्रसन्न झालं, हे टिळकांचंही कर्तृत्त्वच. कारण हे दांपत्य ऊठसूट कुणाकडे जात नसतं. चरित्रनायक आणि चरित्रलेखक दोघेही चांगलं असावे लागतात.

आधारवड या पुस्तकात एकंदर २५ प्रकरणं आहेत. साधारणपणे पहिल्या आठ प्रकरणांत दादासाहेबांची वाई ते मुंबई अशी वैयक्तिक जडणघडण कशी होत गेली, हे सांगितलं आहे. वाईतील वेदशास्त्रसंपन्न दशग्रंथी ब्राह्मणाचे दादासाहेब हे सुपुत्र. असल्या वे. शा. सं. द. ग्रं. ब्रा. मंडळींनी आर्थिकदृष्ट्या गरीबच असलं पाहिजे, हा प्राचीन काळापासून चालत आलेला दंडक मोडण्याचं पाप दादासाहेबांच्या पिताश्रींनी केलं नाही. त्यामुळे त्यामुळे पुण्याई प्रभावानं दादासाहेब लहानपणी (आणि पुढंही काही काळ) बऱ्यापैकी गरीब राहिले. (बऱ्यापैकी एवढ्यासाठी म्हणायचं की, त्यांना बरं वाटावं म्हणून.) गरिबी एकंदरीत वाईटच. दारिद्र्याचा हिसका काय असतो, तो मृच्छकटिक नाटकातल्या चारुदत्ताला माहीत होता. तो वैतागून म्हणाला होता, ''दारिद्र्यान् मरणाद् वा मरणं संरोचते न दरिद्र्यम्.'' फक्त कुंती कृष्णाला म्हणाली होती की, ''मला आयुष्यभर गरीबच ठेव.'' (एकेकाचा चॉईस! दुसरं काय!)

लहानपणी शालेय जीवनात दादासाहेबांचा प्रवास गरिबीच्या सहवासातच झाला. पुढं नोकरीनिमित्त दादासाहेब मुंबईला आले. मुंबई हे लाखो उपाशी पोटांचं मायपोट, ही कीर्ती ऐकूनच दादासाहेब या महानगरीत १९३४ मध्ये आले. या अफाट नगरीत एकटं-एकटं वाटू नये म्हणून त्यांच्या सुपरिचयाची गरिबीही त्यांच्याबरोबर त्याच गाडीनं मुंबईला आली होती. मुंबईतही सुरुवातीला काही काळ दादासाहेबांना आपली 'प्रेमळ' सोबत दिली होती. पुढं स्वातंत्र्योत्तरकाळात 'दारिद्र्य रेषे'चा शोध सरकारनं लावल्यावर गरिबीनं तिकडे प्रयाण केलं. दादासाहेबांनी 'हुश्श' या उद्गारांनी आपली प्रतिक्रिया व्यक्त केली.

प्रारंभीची काही वर्षं दादासाहेबांनी कांदे, बटाटे, भाजी विकण्याचाही व्यवसाय केला होता. प्रामाणिकपणा आणि प्रयत्नशीलता हे दोन 'प्र'कार दादासाहेबांच्या जीवनाचं मुख्य सूत्र होय. हे सूत्र प्रारंभीच्या छोट्या व्यवसायापासून ते आजपावेतो त्यांनी कटाक्षानं पाळलं आहे. शुद्ध चारित्र्याचं साकार रूप म्हणजे दादासाहेब ताटके. 'आधारवड' या पुस्तकात त्यांचा प्रामाणिकपणा, त्यांची प्रयत्नशीलता आणि त्यांचं शुद्ध चारित्र्य पानोपानी दिसून येतं. एक मनुष्य शून्यातून एकावर किती शून्यं देऊ शकतो, याचं मूर्तिमंत उदाहरण म्हणजे दादासाहेब (ही शून्यं सच्छिल शून्यं आहेत. पाच हजार कोटींतल्या शून्यांसारखी अपवित्र नाहीत.) सुमारे सहा दशकांच्या प्रदीर्घ काळात दादासाहेबांनी निरलसपणे आणि निष्काम बुद्धीनं अक्षरश: शेकडो कामं केली आहेत. काम कमी आणि प्रसिद्धी फार, अशा आजच्या काळात दादासाहेब शेकडो सेवाभावी सामाजिक कार्ये करूनही अक्षरश: प्रसिद्धिपराङ्मुख राहिले आहेत. त्यांच्या कार्यांना त्यांनी पद्धतशीर पब्लिसिटी दिली असती, तर ते 'फादर ताटकेसा'

सहज झाले असते. पण ते नुसतेच दादासाहेबच नव्हे तर दादाच राहिले आहेत. (जाता-जाता : हा प्रसिद्धिपराङ्मुख शब्द आहे ना, दिसायला प्रतिष्ठित जंटलमन दिसत असला तरी चावट आहे. एखाद्या माणसाला प्रसिद्धिपराङ्मुख हा शब्द योजनाबद्ध प्रसिद्धी देऊन सतत लावला जातो. त्यामुळे या जगजाहीर 'प्रसिद्धिपराङ्मुखते'पेक्षा रीतसर केलेली प्रसिद्धी परवडली. अपवाद दादासाहेब ताटके. खरंच!)

'आधारवड' या पुस्तकात साधारण नऊ ते शेवटच्या पंचवीस प्रकरणापर्यंत दादासाहेबांच्या प्रचंड कार्यांचा धो-धो-धो पाऊस पडला आहे. व्ही. जे. टी. आय्. मधील नोकरी, बॉंबे फार्मास्युटिकलमधली नोकरी, एलआयसीमधील नोकरी, माटुंग्याच्या श्रद्धानंद महिलाश्रमाचं कार्य, वसईचा वृद्धाश्रम, कुर्ल्याचं महिला वसतिगृह, श्री रामकृष्ण चॅरिटीज आदी अनेक संस्थाचं सामाजिक कार्य, कौटुंबिक जबाबदाऱ्या या अनेक गोष्टी दादासाहेब वर्षानुवर्षं करत आले आहेत. अथक परिश्रम हे तर दादासाहेबांचं प्रमुख वैशिष्ट्य आहे. वरील प्रत्येक संस्थेसाठी दादासाहेब तन-मन-बुद्धिपूर्वक कसे झटत होते याचं एक मिनिमहाभारतच या पुस्तकात अनुभवयास मिळतं. हाती घेतलेलं कार्य तडीस नेणं, हा एकसूत्री कार्यक्रम दादासाहेब निष्ठापूर्वक कसे करत होते, हे पाहायचं असेल तर हे पुस्तक प्रत्यक्ष वाचणंच अधिक योग्य ठरेल. दत्तकासारखे कायदेशीर प्रश्न असोत, अनाथ मुलं असोत, परित्यक्ता स्त्रिया असतो, वृद्धांचे प्रश्न असोत, मिळवत्या स्त्रियांच्या समस्या असोत किंवा आणखी अनेक प्रश्न असोत; प्रत्येक प्रश्नाचा सखोल अभ्यास करून त्यांनी ते यशस्वीरीत्या कसे सोडवले, हे अविनाश टिळक यांनी या पुस्तकात शैलीदार भाषेत सांगितलं आहे. इंग्लिश वक्तृत्व, इंग्लिशमधून ड्राफ्टिंग, तर्कशुद्ध विचारसरणी, कायद्याचा सखोल अभ्यास, वाक्‌पटुत्व, प्रतिपक्षावर तर्कशुद्ध पद्धतीनं मात करणं या दादासाहेबांनी कमावलेल्या गोष्टी. त्यांचं सतत दर्शन, टिळक यांनी पानोपानी घडवलं आहे.

घरामध्ये दादासाहेब अजूनही कर्मठ ब्राह्मण असले, तरी घराचा उंबरठा ओलांडला की त्यांचं जाती-धर्मातील मानवतावादी कार्य सुरू होतं. घरी आले की पुन्हा यज्ञोपवीतधारी ब्राह्मण. या दोन गोष्टींची उभ्या आयुष्यात दादासाहेबांनी कधीही गल्लत केली नाही. 'ताटके यांच्या जीवनाकडे दृष्टी टाकल्यास काही देवत्वाचे गुण त्यांना लाभले आहेत याचा अनेक प्रसंगी अनुभव येतो,' असा गौरव तर्कतीर्थ लक्ष्मणशास्त्री जोशी यांनी 'आशीर्वादा'त केला आहे, तो सार्थ आहे. तर्कतीर्थांनी केलेला हा गौरव म्हणजे त्यांनी प्रदान केलेलं 'सन्मानपत्र'च होय.

परित्यक्ता शकुंतलेला आश्रय देणारे कण्व यांनी फक्त शकुंतलेलाच आधार दिलेला होता; परंतु श्रद्धानंद महिलाश्रमात येणाऱ्या कित्येक परित्यक्त्यांना आधार

देऊन दादासाहेब आधुनिक कण्व मुनी झाले आहेत. (कणव मुनी हा पर्यायही चालेल. कारण कणव वाटल्याशिवाय असलं कार्य होत नाही.)

शेकडो निराधार मुलं, मुली, स्त्रिया यांना पित्याचं प्रेम देणारे दादासाहेब हेच त्या सर्वांना पित्यासमान वाटतात. 'रघुवंशा'त दिलीप राजाचं वर्णन करताना कालिदासानं असं म्हटलं आहे की, 'सपिता पितरस्तासां केवलं जन्महेततः' दिलीप राजा हाच प्रजेचा पिता असून प्रजाजनांचे मूळचे आई-बाप हे केवळ जन्म देण्यापुरते निमित्तमात्र होते.

'आधारवड' या पुस्तकात दादासाहेबांच्या कौटुंबिक जीवनापासून सामाजिक जीवनापर्यंत सर्व काही कालक्रमानं सुसंगतपणे सांगितलं आहे. हे कर्तृत्व लेखक टिळक यांचं. टिळक हे रिझर्व्ह बँकेत अधिकारी आहेत. रिझर्व्ह बँक म्हणजे, 'आय प्रॉमिस टु पे दि बेअरर दि सम ऑफ अमुक अमुक रूपीज' ('मैं धारक को अमुक अमुक रुपये अदा करनेका वचन देता हूँ' - हिंदी अनुवाद) असं वचन देणारी आर्थिक संस्था. अंकलिपीतील मोठमोठ्या अंकांशी संबंधित असणाऱ्या अविनाश टिळकांनी हे पुस्तक लिपीबद्ध केलं आहे, हे विशेष. टिळक तसे लेखकही आहेत. (आडनाव टिळक आहे; लेखक नसते तर आधीच्या लोकमान्य, रेव्हरंड दि टिळकांना काय वाटलं असतं?) टिळकांची लेखनशैली सुबोध आहे. संपूर्ण लेखनाची भाषा ओघवती आहे. पुस्तक चांगलं लिहिलं गेलं आहे का, हे पाहण्याचा एक साधा निकष आहे. तो म्हणजे, ते पुस्तक एका बैठकीत वाचून पूर्ण करावं, अशी उत्कंठा लागते. या निकषाला हे पुस्तक नक्की उतरतं.

दादासाहेब आधारवड खरे, परंतु वडाला आधार कुणाचा? अर्थात् सहधर्मिणी सौ. लीलाताईंचा. ही श्रीमंताघरची लेक गरिबाघरची पत्नी झाली आणि त्याच क्षणी पतीशी एकरूप झाली. त्या म्हणजे खरोखरच आदर्श पत्नी, माता आहेत. पंचावण्णच्या जूनमध्ये उभयतांच्या लग्नाला साठ वर्षे पूर्ण होत आहेत. लग्नाचा सुवर्णमहोत्सव किंवा हीरकमहोत्सव म्हणजे साथ-साथ सहनशीलतेचाही सुवर्ण अथवा हीरकमहोत्सव, असं म्हणतात. इथं मात्र सामंजस्यपूर्ण सहजीवनाचा हीरकमहोत्सव आहे. 'सानन्दं सदनं सुताश्च सुधियः कान्ता न दुर्भाषिणी---' धन्यो गृहस्थाश्रमाचं दर्शनही या पुस्तकात होतं. शंभर टक्के निर्व्यसनी असलेले दादासाहेब परदेशातसुद्धा पूर्णपणे सोवळे राहू शकले, याची वर्णनंही पुस्तकात आहेत.

दादासाहेब ताटके लौकिकार्थानं सर्व प्रकारच्या कार्यांतून निवृत्त झाले आहेत. आज त्यांचं वय ऐंशी आहे. तरीही आजसुद्धा ते एकोणीसशे चौतीसमध्ये मुंबईत आलेल्या टीनएजर 'रा. शं. ताटके'एवढेच उत्साही आणि तडफदार आहेत. चार ऑगस्ट एकोणीसशे पंधराला जन्मलेल्या दादासाहेब ताटके यांचा जीवनप्रवास

अखंड सुरू आहे.

अमेरिकन कवी रॉबर्ट फ्रॉस्ट याच्या काव्यपंक्ती इथं सांगण्यासारख्या आहेत.

The woods are lovely, dark and deep,
But I have promises to keep,
And miles to go before I sleep,
And miles to go before I sleep.

दादासाहेबांचा जीवनप्रवास असाच आहे. 'हे विश्वचि माझे घर' या वृत्तीनं काम करणारे दादासाहेब खरोखरच, तर्कतीर्थांनी म्हटल्याप्रमाणे अंगी देवत्वाचा अंश असलेले आहेत. श्री ज्ञानेश्वरांच्या शब्दांतच त्यांना अभिवादन करतो. ज्ञानेश्वर म्हणतात—

'म्हणौनि गा नमस्कारु,
तयाते आम्ही माथा मुकुट करु,
तयाचि टाच धरु,
हृदयी आम्ही.''

(ज्ञानेश्वरी १२.२२१)

■

८)
शत्रू व्हा, सुखी व्हा

डेल कार्नेजी या सुप्रसिद्ध अमेरिकन लेखकानं एक पुस्तक लिहिलं; त्याचं नाव, 'हाऊ टु विन फ्रेंड्स अँड इन्फ्लुअन्स देम' असं लांबलचक आहे. 'मित्र कसे जिंकावेत आणि त्यांच्यावर प्रभाव कसा पाडावा', असं साधारणपणे मराठीत सांगता येईल. या पुस्तकाच्या लाखो प्रती खपल्या. त्यातली एक प्रत भाबड्या अपेक्षेनं मीही घेतली होती. उरलेल्या बाकीच्या प्रती कुणी (कुणी) घेतल्या, कुणास ठाऊक? आपल्याला अजूनही मूलबाळ नाही, अशी जी माणसं—म्हणजे संबंधित नवरा-बायको ज्याप्रमाणे कोणत्याही बुवाकडे (अपवाद : वि. आ.) धाव घेतात, त्याच पद्धतीनं जगामधल्या लाखों लोकांना वाटलं, आपण अजूनही एखादा मित्र जिंकू शकलो नाही; तर त्यासाठी आपण डेल कार्नेजीचं ते पुस्तक विकत घेतलं पाहिजे. या अशा वाटण्यामुळेच पुस्तकाच्या लाखो प्रती खपल्या आणि डेल कार्नेजी, अँड्र्यू-कार्नेजीच्या जवळपासचा श्रीमंत झाला.

फार प्राचीन काळापासून काही ठोकळबाज संकेत ठरून गेले आहेत. खेड्यातले लोक गरीब बिचारे असतात, शहरातले लोक लबाड असतात, सावकार नराधम राक्षस असतात, कामगार पिळला जात असतो, भांडवलदार कामगारांना चरकात घालून पिळतात वगैरे. याच पद्धतीनं मित्र म्हणजे जणू काही परमेश्वरानं घेतलेला मानवी अवतारच. प्रत्येक देशात, प्रत्येक समाजात, प्रत्येक भाषेत मित्राचे गोडवे गायले आहेत. सूर्यनमस्कारातही सूर्याला मित्र या नावानंही संबोधून, त्याला उद्देशून 'मित्राय

नमः' असं म्हटलं आहे. 'फ्रेंड इन नीड इज फ्रेंड इनडीड' अशी शाब्दिक कसरत करून मित्राची प्रशंसा केली आहे. या प्रचंड गौरवामुळे अस्सल मित्र ही काय चीज आहे, हे कुणाच्या लक्षातच येत नाही. हीच तर खरी अडचण आहे.

मित्राची त्याच्या गुणाधिष्ठित अशी व्याख्या करायची झाल्यास अशी करता येईल— 'मित्र म्हणजे सर्वांत जवळचा शत्रू.' तो मित्र असल्यामुळे शत्रू आहे, हे कुणाच्याही लक्षातच येत नाही. हे प्रकरण आहे ना, तेच मित्राचं खरं भांडवल असतं. मित्र या नात्यानं तो वेळोवेळी (वेळी-अवेळी हा पर्यायसुद्धा चालेल.) आपल्याला लुटत असतो, फसवत असतो, अडचणीत आणतो, जाणं-येणं वाढवत वाढवत एखाद्या दिवशी आपला मेहुणाही होत असतो, आपल्या वस्तू लंपास करत असतो... काय काय म्हणून सांगावं? परंतु, तो मित्र असल्यामुळे सगळं सहन करावं लागतं. नाही तरी मैत्रीला तडा जाईल याची काळजी आपणच करायची.

मी मित्रांचा बारकाइनं अभ्यास केला आहे. मित्रांविषयी बरं बोलणार इंग्लिश वाक्य आहे. 'गॉड गिव्हज् अस रिलेटिव्हज्, थँक गॉड, वुइ कॅन चूज अवर फ्रेंड्स!' आपल्याला सगळे नातेवाईक देव देतो. एका बाबतीत आपण देवाचे आभार मानले पाहिजेत. ते म्हणजे मित्रांची निवड मात्र आपण करू शकतो. नाही तर चुलत भाऊ, मावस भाऊ याप्रमाणे चुलत मित्र, मावस मित्र आपल्या नशिबी आले असते.

मित्रांचा बारकाईनं अभ्यास केल्यावर माझ्या असं लक्षात आलं आहे, की मित्रांपेक्षा शत्रू अधिक चांगला. कारण एखाद्या माणसानं आपल्याशी भांडण होण्यासारखंच वर्तन केलं, आपले पैसे बुडविले, आपल्याशी बदमाषी केली की; तो माणूस आपोआप आपला शत्रू होतो. त्यानं शत्रुपद प्राप्त करून घेण्यासाठी आधी जे-जे अश्लाघ्य वर्तन केलं असेल, तेवढंच. त्यानंतर त्याचे-आपले संबंध तुटतात. 'यूयम् यूयम् वयम् वयम्' असा दुरावा निर्माण होते. एकदा का संबंध तुटले आणि एकदा का तो पूर्वाश्रमीचा मित्र आपला शत्रू झाला की, ती आनंदाची सुवार्ता समजावी. तो शत्रू झाल्यावर 'शत्रू हाच खरा मित्र' असं वाटू लागतं. हे लक्षात घेऊनच मी 'शत्रू व्हा, सुखी व्हा' हे पुस्तक लिहायला घेतलं आहे.

मी समाजात हिंडलो. कुणी कुणी मित्राचं शत्रुत्व स्वीकारलं, हे पाहिलं. प्रथम मित्र होता, परंतु मित्रानं मित्र असण्याचा गैरफायदा घेतला आणि मग मात्र मित्राचा शत्रू होणंच पसंत केलं, अशा व्यक्तींच्या मुलाखती घेऊन त्यावर आधारित लेख लिहिले. पुस्तकात स्वतः होऊन शत्रुत्व स्वीकारलेल्या व्यक्तींच्या मुलाखतींवर आधारलेले लेख आहेत. संकल्पित 'शत्रू व्हा, सुखी व्हा' पुस्तकात सुमारे शंभर व्यक्तींच्या मुलाखती घेतल्या. प्रत्येकाचं शत्रूपण निराळं आहे. त्यामुळे या पुस्तकात

शत्रू होण्याची शंभर कारणे एकत्र बघायला मिळतील. शत्रू व्हायला हजारो कारणंसुद्धा असू शकतील. केवळ पुस्तकाची कल्पना यावी, म्हणून काही निवडक लेख संक्षिप्त स्वरूपात दिले आहेत. त्यावरून संपूर्ण पुस्तकाचं स्वरूप काय असेल याची यथार्थ कल्पना येऊ शकेल.

- १ -

बाबूराव खळदकर तसे सरळ गृहस्थ आहेत. ते कुणाच्याही अध्यात नसतात किंवा मध्यात नसतात. मद्यात तर नसतातच नसतात. माणूस सज्जन. बोलणं गोड आणि वृत्ती दुसऱ्यांना मदत करण्याची. हे तीन गुण एकत्र असणे म्हणजे दुर्मिळ योग होता. मित्रांच्या दृष्टीनं असला सज्जन, मधुभाषी आणि परोपकारी मित्र म्हणजे, ईश्वरी कृपाच होय. छबूराव या नावाचा बाबूराव खळदकरांचा एक मित्र होता. छबूरावांकडे स्वत:च्या शरीराशिवाय दुसरं काहीसुद्धा नव्हतं. शरीरसुद्धा आईबापांनी जन्म दिल्यामुळे लाभलं होतं. त्या शरीरावरचे कपडेसुद्धा बहुधा बाबूराव खळदकरांचेच असायचे. अध्यात्मात अपरिग्रह म्हणजे संग्रह न करणं, हे एक महत्त्वाचं तत्त्व सांगितलं आहे. या तत्त्वाचं पालन छबूराव कसोशीनं करत होते. छबूराव रिकाम्या तोंडानं कधीच येत नव्हते. आले की, काही ना काही तरी मागायचे. परमेश्वरानं तर एक वैतागच करून ठेवला होता. बाबूराव आणि छबूराव या दोघांचीही शरीररचना एकासारखी एक अशी केली होती. वजन, उंची अगदी सेम टु सेम. परमेश्वराच्या मूळ योजनेप्रमाणे एकाच आईच्या पोटी जुळी भावंडे म्हणून जन्माला यायची होती; परंतु तिकडे वरती काय गफलत झाली, परमेश्वरसुद्धा न जाणे; बाबूराव खळदकरांच्या घरात जन्माला आले आणि छबूराव माळवदकरांच्या घरात जन्मले. पुढे सख्ख्या भावंडांऐवजी ते एकमेकांचे सख्खे मित्र झाले.

कपडे, चादर, उशी, वेळोवेळी (वेळी-अवेळी हा बदलसुद्धा चालेल.) पैसे, पँट, बुशशर्ट, गॉगल, थर्मास, कॅमेरा, वर्तमानपत्रं, मासिकं, पुस्तकं, चपला, बूट, पायमोजे, टॉर्च, ट्रांझिस्टर आणि आणखी पाच-पन्नास वस्तू सतत बाबूरावकडून नेत असत. फाटणं, हरवणं वगैरे गती त्या वस्तूंना प्राप्त होत असे. शेवटी बाबूरावांच्या बायकोनं बाबूरावांना शिकवून-शिकवून तयार केलं. मग बाबूराव फर्डा, फाडफाड बोलण्याइतके शूर झाले.

एके दिवशी छबूराव पाचशे रुपये मागायला आले असता, बाबूराव छबूरावांवर एकदम उखडले "साल्या, ..., ..., ..., तुझ्या बापानं पाचशे रुपये ठेवलेत!" फूट मुकट्यानं. मी सहन करत होतो, तर तुझा भीकमागेपणा वाढतच चालला. भ... भो... भे... चल, चालता हो. आजपासून तू माझा मित्र नाहीस आणि मी तुझा मित्र

नाही. मी आजपासून शत्रुधर्माची दीक्षा घेतली आहे. तुझ्यासारख्या हलकट, ड्यांबिस, हरामखोर मित्रांचा शत्रू होण्यातच खरी मन:शांती आहे.''

- २ -

गोविंदरावांच्या शेजारी शंकरराव राहतात. नवरा, बायको, दोन मुलगे आणि एक मुलगी असा त्यांचा, म्हणजे शंकररावांचा संसार आहे. त्यांच्या घरात बारा चॅनेल्स जोरकस चालणारा रंगीत टी.व्ही. आहे. टेपरेकॉर्डर आहे. व्ही. सी. आर. वर व्हिडिओ कॅसेट्स लावलेल्या असतात. याशिवाय पाच मानवी तोंडंही ठणाणाणा कोकलत असतात. अशा ध्वनिप्रदूषित शंकररावांच्या शेजारी गोविंदराव राहतात. त्यांचे काय हाल होत असतील याची कल्पनाच करा. काही बोलायची सोय नाही. कारण शेजारी पडले ना? जन्म देणारे आईबाप जन्मभर पुरत नाहीत. कुटुंबातील माणसंही आयुष्यभर साथीदार म्हणून राहत नाहीत. कुणी ना कुणी आधी, नंतर जातं. पण शेजारी हा प्राणी परमेश्वराखालोखाल अजरामर आहे, सर्वव्यापी आहे. जगात कुठंही जा— आपल्या आधीपासूनच कमीत कमी एकपासून जास्तीत जास्त कितीतरीपर्यंत शेजारी वस्तीला राहिलेले असतात. कुठंही जा— चाळीत, फ्लॅटमध्ये, बंगल्यामध्ये, वाड्यात— सगळीकडे शेजारी असतात. आगगाडीत, बसमध्ये प्रवाशांच्या रूपानं शेजारी असतात. समाजात वावरताना शेजारी नाही असं ठिकाण शोधून सापडणार नाही. परमेश्वर जसा विश्व व्यापून दशांगुळं उरलेला असतो, तसाच शेजारी असतो.

गोविंदराव आणि कुटुंबीय आपल्या कानांवरचे अत्याचार, बलात्कार, व्यभिचार, दुराचार वगैरे सहन करत होते. हळू लावा, असं सांगायला जावं; तर एकदम पाच जण म्हणतात, ''आमच्या घरात आम्ही काय वाटेल ते करू. तुम्ही कोण विचारणार?'' शेवटी गोविंदराव मनात म्हणाले, 'साला शेजारी की ऐशी की तैशी! त्याचप्रमाणे नाना की टांग भी! फार सहन केलं. येशू ख्रिस्त सांगून गेला होता, लव्ह दाय नेबर, लव्ह दाय एनिमी. पूर्वी मला वाटायचं, लव्ह दाय नेबर हे बरोबर आहे. कारण शेजारीण लव्हेबल असू शकते. पण लव्ह दाय एनिमी म्हणजे टू मचच झालं. प्रेमच करायचं, तर त्याला शत्रू कशाला म्हणायचं? ख्रिस्ताचं काही तरी चुकलं असावं, असं वाटायचं. पण एवढा मोठा प्रेषित, चूक तरी कशी करील? नाही का? शंकररावांसारखे शेजारी नशिबी आल्यावर येशू ख्रिस्ताच्या आदेशाचा माझ्या डोक्यात प्रकाश पडला. मागं जी. के. चेस्टरटन या इंग्लिश लेखकाला हीच शंका आली होती. त्याच्या परीनं त्याला उत्तर सापडलं. तो म्हणतो— बायबल टेल्स अस टु लव्ह अवर नेबर्स अँड ऑल्सो टु लव्ह अवर एनिमीज; प्रॉबेब्ली, बिकॉज दे आर

जनरली दि सेम पीपल. शंकररावांकडे बघितलं की याची तंतोतंत प्रचीती येते. ते शेजारीही आहेत आणि त्यांचं वागणं शत्रूसारखं आहे. यावरून शेजारी शत्रूही असू शकतो, असा निष्कर्ष मीही काढला. तो बरोबर ठरला.

जशास तसे धोरण ठरवलं. आम्हीही दुप्पट मोठ्या आवाजात गाणी लावू लागलो. शिवाय भाड्यानं लाऊड स्पीकर्स आणून रात्री त्यांना छळू लागलो. मग ती मंडळी भांडायला आली. आम्हाला तेच पाहिजे. शत्रुत्व सुरू करायला भांडण ही पारंपरिक पार्श्वभूमी असावीच लागते. ते सपाटून भांडले. आम्हीही तोडीस तोड भांडलो. हम भी कुछ कम नाही. शेजारी म्हणून गप्प राहिलो होतो. आणि कानांवरचे अत्याचार सहन करत होतो. आता आम्ही शंकरराव आणि त्यांचे सर्व कुटुंबीय यांच्याशी अधिकृतरीत्या शत्रुत्व स्वीकारलं. आम्ही शंकररावांचे रीतसर शत्रू झालो. शंकरराव तर खडूसच! त्यांनी आमचं शत्रुत्व लगेच स्वीकारलं. त्यामुळे आता दोन्ही बिऱ्हाडं सुखी आहोत. आम्ही त्यांचं थोबाड बघत नाही आणि ते आमचं मुस्काड बघत नाहीत, त्यामुळे सारं कसं शांत-शांत आहे.

- ३ -

काही घरांना वरदान असतं, तर काही घरांना शाप असतो. घरं तशी घरांसारखीच असतात. पण पाहुणे म्हणून येणारे जे महावैताग असतात, त्यामुळे काही घरं शापित असावीत, असं वाटतं. मी रामभाऊ मुळे यांना भेटलो, तेव्हा ते म्हणाले, "आमचं घर शापित आहे. या वास्तूला सतत पाहुणे येण्याचा शाप आहे. आधीचे पाहुणे या रिक्षामध्ये बसून निघतात तोपर्यंत दुसरे पाहुणे दुसऱ्या रिक्षातून खाली उतरतात." रामभाऊ मुळे मला म्हणाले, "सुट्या पैशांची टंचाई हल्ली आहे, परंतु आमच्याकडे जे पाहुणे आजोबांच्या काळापासून येत आहेत, त्यांच्याकडे सुटे पैसे कधीच नसतात. त्यामुळे त्या काळात टांग्याचे आणि हल्ली रिक्षाचे पैसे त्या-त्या काळात आजोबा, वडील आणि या पिढीत मी देत आलो आहे." तिथून पाहुण्यांचा वैताग सुरू होतो. पाहुण्यांना 'अतिथी' असं म्हणतात. अ म्हणजे नाही आणि तिथी म्हणजे तिथी, दिवस. म्हणजे ज्याचा येण्याचा नेमका ठरलेला दिवस नसतो, तो अ-तिथी. या व्याख्येस अनुसरून पाहुणे अचानक उपटत असतात.

आमची तोंडभर स्तुती केली की, आमची आणखी पंचाईत होऊन बसते. "रामभाऊ, तुमचा आतिथ्यशील स्वभाव आणि वहिनींचा अमृततुल्य स्वयंपाक या दोन गोष्टींमुळे स्टेशनातून बाहेर आलो की, आमचे पाय (म्हणजेच रिक्षा) तुमच्या घराच्या दिशेनं आपोआप वळतात. पायांनापण बरोबर कळतं, कुठं वळायचं ते!" असलं प्रशंसापर बोललं की, आमची गोची होते. यावर काही बोलाताच येत नाही.

पाहुणे आमच्याकडे येण्यापूर्वी महिनाभर उपास करून येतात की काय कळत नाही. सकाळपासून रात्रीपर्यंत एकसारखं खा-खा करत असतात. वहिनी, बटाटेपोहे खावेत तर तुमच्या हातचे! वा! जबाब नाही. तुम्हाला सांगतो वहिनी, हिंदी सिनेमातले सगळे हीरो गाजर का हलवाच हमेशा खातात ना, जर त्या हीरोंना तुम्ही केलेले बटाटेपोहे खाल्ल्यावर सिनेमातल्या त्या चालू माँला म्हणतील, ''माँ, बस कर गाजर का हलवा देना! यह देख मुळे भाभीने बनाये हुए बटाटे पोहे देख. इतनी बढिया चीज मैने जिंदगी में कभी नहीं चखी थी.''

पाहुणे असे चॅप्टर असतात. रोज नवीन पदार्थ करायला सांगतात. मी आणि माझी बायको अक्षरश: वैतागून गेलो. काय करावं, सुचेना. प्रत्येक पाहुणा सहकुटुंब तरी येतो किंवा सहकुटुंब-सहपरिवार तरी येतो. हे अति झालं. आता शत्रुत्व अगदी ओव्हर ड्यू आहे, असं वाटलं. एकेका पाहुण्याला फटाफट शत्रू करून टाकायचं ठरवलं.

बऱ्याच दिवसांनी मुक्काम हलवायचं पाहुण्यांनी ठरवलं. बॅगा वगैरे भरल्या. ''तुमच्या प्रेमळ सहवासात आणखी एखादा आठवडा राहावंसं वाटलं. पण थोडक्यात गोडी असते.'' (अरे चोरा, महिनाभर सकाळी, दुपारी, रात्री सपाटून हादडत होता आणि थोडक्यात गोडी म्हणतोस काय?)

''कसचं कसचं!'' म्हणत पाहुण्याच्या हातात एक कागद दिला रामभाऊ मुळे यांनी.

''कसला कागद?'' पाहुण्यांनी विचारलं.

''काही नाही- तुम्ही इथं महिनाभर राहिला होतात, त्याचं सविस्तर बिल दोन हजार एकशे त्र्याहत्तर रुपये. गेल्यावर लगेच पाठवा. वाट पाहत आहे.''

''पाहुण्यांकडून बिल वसूल करता काय? एक दमडीसुद्धा देणार नाही. रामभाऊ, तुम्ही इतके हलकट असाल याची मला कल्पना नव्हती. तुम्ही बदमाष आहात.''

''माझं काम झालं!'' रामभाऊ मुळे म्हणाले, ''मी त्यांचं शत्रुत्व स्वीकारलं आणि कायमचा सुखी झालो. त्या हरामखोरानं येणं बंद केलं.''

'शत्रू व्हा आणि सुखी व्हा' या आगामी पुस्तकाची ही केवळ झलक आहे. तुम्हीही शत्रू व्हायला शिका आणि सुखी व्हा.

■

९)

आलतू आणि फालतू

आलतू : काय रे, फालतू, हल्ली देशात धमालच चालली आहे! काय वाट्टेल ते होतंय.

फालतू : ही सगळी निवडणुकीची चिन्हे आहेत.

आलतू : महागाई वाढतच चालली आहे.

फालतू : हेसुद्धा निवडणुकीचेच चिन्हं आहे.

आलतू : विरोधी सरकारं धडाधड कोसळली.

फालतू : हीसुद्धा निवडणुकीची चिन्ह आहेत.

आलतू : क्लास वन् स्मगलरांची सुटका होते.

फालतू : हेसुद्धा निवडणुकीचंच चिन्हच आहे.

आलतू : काही राज्यांत मुख्यमंत्रीही बदलले गेले आहेत.

फालतू : हीसुद्धा निवडणुकीचीच चिन्हं आहेत.

आलतू : ही सगळी जर निवडणुकीचीच चिन्हं आहेत, तर मग तळहाताचा पंजा, हे कसलं चिन्हं आहे रे?

फालतू : पंजा तर चिन्हों का बादशहा है. पंजा नेहमी ताठ असतो, पण त्याच्यापुढं 'ब' जोडलं की पंजा थोडा मऊ पडतो.

आलतू : लोकशाही नव्हती तेव्हाचं सरकार फार स्वस्तात, कमी खर्चात चालायचं; नाही?

फालतू : साहजिकच आहे. तेव्हाचं सरकार हे फक्त नोकरशाहीचं सरकार होतं. लोकशाही राज्यव्यवस्थेत त्रिस्तर राज्यपद्धती असते.

आलतू : म्हणजे, मराठीतलं 'थ्री टायर' म्हण ना किंवा रेल्वेच्या

भाषेतलं थ्री टीयर. काय रे फालतू, लोकशाहीत 'थ्री टायर' राज्यपद्धती असते म्हणजे काय असतं?

फालतू : लोकशाही, नोकरशाही आणि खाबूशाही मिळून संपूर्ण डेमॉक्रसी तयार होते. आपल्या लोकशाहीचे हे तीन आधारस्तंभच आहेत.

आलतू : यातला महत्त्वाचा आधारस्तंभ कोणता आहे?

फालतू : आलतू, तुला एक उदाहरण सांगतो. हे बघ, पाण्याचा माठ—मुंबईच्या भाषेत मटका—ठेवण्यासाठी आपल्या घरामधे तीन पायांची लोखंडी तिवई असते. आता तू मला असं सांग की, या तिवईच्या तीन पायांपैकी कोणता पाय अधिक महत्त्वाचा आहे?

आलतू : अरे फालतू, हे काय विचारणं झालं? तिवईचे तिन्ही पाय सारखेच महत्त्वाचे असतात. एक पाय जरी एखाद्या इंचानं कमी असला, तरी ती तिवई कलंडेल आणि वरचा माठही खाली पडून फुटेल.

फालतू : होय ना? डेमॉक्रसीचं असंच आहे बघ. डेमॉक्रसीचा माठ लोकशाही, नोकरशाही आणि खाबूशाहीच्या तिवईवर ठेवलेला आहे. तिघांचंही महत्त्व सारखंच आहे.

आलतू : म्हणजे, ही जुन्या राज्यपद्धतीपेक्षा तिप्पट महाग पडते. जनतेला तिप्पट खर्च आहे.

फालतू : होय ना! आपण सर्वोत्कृष्ट समजली गेलेली लोकशाही राज्यपद्धती स्वीकारली आहे. पूर्वी फक्त नोकरशाहीचे पगार देणं, हाच एक महत्त्वाचा खर्च होता. लोकशाहीमध्ये नोकरशाहीच्या बरोबरीनं लोकप्रतिनिधी निवडून दिलेले असतात.

आलतू : खरंच की! खेडेगावातल्या ग्रामपंचायतीपासून ते लोकसभेपर्यंत सगळे लोकप्रतिनिधीच असतात. पंच, सरपंच, नगरपालिकेचे नगरसेवक, आमदार, खासदार, मंत्री, जिल्हा परिषदेचे, तालुका पंचायतीचे लोकप्रतिनिधी हे सगळे मोजले तर हजारो भरतील.

फालतू : नोकरशाही आणि लोकशाही या दोघांनाही पोसणारी खाबूशाही आहे.

आलतू : इतक्या लोकप्रतिनिधींचा चरितार्थ जनतेच्या पैशातून होत असणार. सरकारजवळ स्वत:चा एकही पैसा नसतो. सगळे पैसे जनतेनं निरनिराळ्या करांच्या रूपानं दिलेले असतात.

फालतू : त्या पैशातूनच सगळी चंगळ चाललेली असते. राहायला बंगले, मोटारी, विमानानं, दिल्लीच्या वाऱ्या सगळं काही लोकांच्या पैशातून सुरू असतं. लोकप्रतिनिधी ना!

आलतू : काय रे फालतू, खोबरेल तेल काय महाग झालंय? नारळ तर पाच रुपयाला एक झालाय.

फालतू : काही दिवसांनी दहा रुपयांना एक नारळ, असासुद्धा भाव होईल. निवडणुका जवळ आल्या आहेत ना? निरनिराळ्या पक्षांचे निवडणूक प्रचाराचे नारळ फुटायला लागले की मग बघ नारळाचे भाव आणखीनच कडाडतील. शंभर रुपयांना दहा नारळ मिळतील. निवडणुका झाल्यावर, 'नारळाचे भाव उतरले. एक नारळ नऊ रुपयांना मिळू लागला आहे', अशी स्वस्ताईची निर्लज्ज बातमीसुद्धा छापून येईल.

आलतू : भाव उतरले, भाव घसरले, भाव खाली आले, या बातम्या बोगस वाटतात. खोबरेल तेल चाळीस रुपये किलोपर्यंत चढवायचं आणि मग, 'खोबरेल तेलाचा भाव किलोमागं एकदम अडीच रुपयांनी गडगडला', अशी बातमी वर्तमानपत्रात यायची. असल्या बातम्या आता अंगवळणी पडल्या आहेत.

फालतू : सरकारच्या एका हातात कर आहे आणि दुसऱ्या हातात दर आहे. एका हातात कायदा आहे आणि दुसऱ्या हातात वायदा आहे. सरकार हे असं चतुर्भुज आहे. विष्णूच्या हातात ज्याप्रमाणं शंख, चक्र, गदा, पद्म आहे त्याप्रमाणंच सरकारच्या चार हातांत कर, दर, कायदा-वायदा आहे.

आलतू : आणि त्याच्या विरुद्ध जाणाऱ्याला चतुर्भुज करण्याचं सामर्थ्यही आहे.

फालतू : बाकीचे उद्योगधंदे तोट्यात चालले तर ते फायद्यात चालविण्यासाठी निरनिराळ्या योजना आखाव्या लागतात. पण सरकार कर वाढवू शकतं. रेल्वे, एस्. टी. तोट्यात चालल्या की दरवाढ मानगुटीवर बसते. सरकारला करवाढ करायची असू दे, नाही तर दरवाढ करायची असू दे; ते आधी कायदा करते आणि लोककल्याणाचा खोटा वायदा करते.

आलतू : फालतू, तू काहीही म्हण, हल्लीच्या सरकारमध्ये राम नाही.

फालतू : अरे आलतू, राम कसा असणार? ज्या सरकारमध्ये राम होता, असे राम मोडीत काढले. एकंदर साडेतीन राम—दक्षिण भारतामध्ये राज्य करीत होते.

आलतू : अर्धा राम कोण रे फालतू?

फालतू : सांगतो. कर्नाटकचे मुख्यमंत्री रामकृष्ण हेगडे, तमिळनाडूचे गुख्यमंत्री एम. जी. रामचंद्रन आणि आंध्रचे मुख्यमंत्री एन्. टी. रामाराव हे तीन राम पूर्णांक राम आहेत. कारण ते तिघेही मुख्यमंत्री आहेत किंवा होते.

आलतू : अरे, पण अर्धा राम कोणता?

फालतू : आलतू, अर्धा राम म्हणजे आपले रामराव आदिक. हे उपमुख्यमंत्री होते म्हणून अर्धा राम होते.

आलतू : साडेतीन रामांमध्ये दीड राम निकालात निघाले. आपल्या रामराव आदिकांनी तर कमाल केली. श्रीराम 'सीतावर' होता, तर हा राम 'हॅनोवर' म्हणून प्रसिद्धी पावला.

फालतू : आता राहिले फक्त दोन राम. ते राम म्हणतात की, रामनामावरच तरतात ते पाहू या.

आलतू : फालतू, पक्षश्रेष्ठी म्हणजे काय रे? पक्षश्रेष्ठी किती असतात रे?

फालतू : पक्षश्रेष्ठी दाखवायला बरेच असतात. ते श्रेष्ठ पक्षी दिल्लीत असतात आणि पक्षश्रेष्ठींच्याही श्रेष्ठीनं सांगितल्याबरोबर सांगतील तिथं उडत जातात. व्ही. पी. सिंह नावाच्या पक्ष्याला मुंबईला उडत जा म्हटलं की काव-काव करीत तो मुंबईला येतो. लगेच व्हिएन्नाला जा म्हटलं की चिव-चिव करीत व्हिएन्नाला जातो.

आलतू : आणि उत्तर प्रदेशाचा पक्षाध्यक्ष हो म्हटलं की, कुहकहू करीत लखनौला जातो.

फालतू : अगदी बरोबर बोललास! एन्. डी. तिवारी आणखी एक पक्षश्रेष्ठी. हा पक्षी लखनौहून दिल्लीला उडाला. हा पक्षी स्वामिभक्तीपरायण आहे. संजय गांधीला कोणती चटणी आवडते, कोणती कोशिंबीर आवडते, कांद्याची भजी आवडतात का यापासून ते जाहीररीत्या त्याच्या चपला उचलण्यापर्यंत या पक्षश्रेष्ठीनं सर्व काही केलं आहे.

आलतू : 'आव' म्हटलं की लखनौहून दिल्लीला जातो आणि 'जाव' म्हटलं की दिल्लीहून लखनौला जातो.

फालतू : आपले दादासुद्धा पक्षाचे जनरल सेक्रटरी होते, तेव्हा पक्षश्रेष्ठीच होते. सगळ्या पक्षश्रेष्ठींचा बोलविता धनी निराळाच असतो, बाकीचे सगळे पोपट असतात.

आलतू : फालतू, आपल्या देशात किती राजकीय पक्ष आहेत रे? नुस्त्या काँग्रेसचेच काँग्रेस (ए) पासून काँग्रेस (झेड) पर्यंत किती तरी पक्ष आहेत.

फालतू : पक्षातून फुटून निघालं की तो फुटीर पुढारी लगेच स्वत:चा नवीन पक्षच काढतो. त्यामुळे प्रत्येक पक्षात पुढारीच जास्त असतात आणि अनुयायी कमी असतात.

आलतू : अरे वा! या पक्षांनी समाजवादी पक्षाचं अनुकरण केलेलं दिसतं. समाजवादी

पक्षात नेहमीच अनुयायांपेक्षा पुढाऱ्यांची संख्या जास्त असते. अनुयायी चुकून जर पुढाऱ्यांपेक्षा जास्त झाले, तर लगेच जास्त संख्येचे अनुयायी सामुदायिक रीतीनं काँग्रेसमध्ये जातात. असं पक्षांतर झालं की, लगेच समाजवादी पक्ष पूर्ववत् पुढाऱ्यांचा पक्ष होतो.

फालतू : असे नुस्त्या पुढाऱ्यांचे पक्ष हल्ली कुत्र्यांच्या छत्र्यांप्रमाणं वारंवार निर्माण होतात आणि निवडणुकीच्या सुमारास एकमेकांत विलीन होतात किंवा त्या आधीच अनंतात विलीन होतात. आपण देशामध्ये जाती फार आहेत, असं म्हणतो. पण आता राजकीय पक्षांची संख्याही जातींच्या संख्येइतकी वाढत आहे.

आलतू : अमेरिकेत कसे दोनच राजकीय पक्ष आहेत. डेमॉक्रेटिक आणि रिपब्लिकन. इंग्लंडमध्येही तसे दोनच मुख्य पक्ष आहेत. हुजूर आणि मजूर. रशियात तर एकच पक्ष आहे. तरीही एकपक्षीय निवडणुका होतात आणि तोच पक्ष निवडून येण्याचा विनोद होत असतो.

फालतू : आलतू, खरं सांगू का, आपल्या देशामध्येसुद्धा खरे राजकीय पक्ष दोनच आहेत. एक पक्ष 'सत्ताधारी' असतो आणि दुसऱ्या सगळ्या पक्षांचं गाठोडं बांधून जो पक्ष तयार होतो, तो 'सत्ताकांक्षी' पक्ष. सत्ताकांक्षी पक्ष सत्तेवर आला की आधीचा सत्ताधारी पक्ष सत्ताकांक्षी पक्ष बनतो.

आलतू : फालतू, रामारावांना आंध्रच्या मुख्यमंत्रिपदावरून हुसकलं—

फालतू : यावर आपण मघाशीच बोललो होतो.

आलतू : त्यातलाच एक मुद्दा आठवला. पुराणकाळात रामानं रावणास मारलं. पण कलियुगात रामानंच रामाला मारलं. रामारावही रामच आणि त्यांना राजकीयदृष्ट्या मारणारा राज्यपाल रामलालही रामच.

आलतू : एके दिवशी लोकशाहीच राम म्हणणार, असं एकंदरीत दिसतं.

आलतू : पुन्हा आणखी एका रामाचं आठवलं.

फालतू : हे तुला नंतर बरं आठवतं सगळं?

आलतू : मघाशी सीतावर राम आणि हॅनोवर राम असं मी म्हणालो होतो, त्यात थोडीशी भर टाकतो. 'सीतावर श्री रामचंद्र की जय' असं आपण म्हणतो, त्याच चालीवर आपण 'हॅनोवर रामचंद्र की जय' असं म्हणावं.

फालतू : कल्पना चांगली आहे.

आलतू : खुर्ची नसली की माणसं कशी अडगळीत पडतात नाही? जगजीवनराम, हेमवतीनंदन बहुगुणा, मोहन धारिया अशी किती तरी नाव सांगता

येतील.

फालतू : आणि रामराव, बाबासाहेब, अंतुले, नासिकराव, फर्नांडिस वगैरे मंडळी येनकेन प्रकारेण प्रकाशात रहाण्याची धडपड करीत असतात.

आलतू : फालतू, लोकशाहीत तरी जनतेला, लोकांना, पब्लिकला काही उज्ज्वल भवितव्य आहे काय रे?

फालतू : आलतू, अगदीच बावळट प्रश्न विचारलास. राजा राज्य करो, हुकूमशहा राज्य करो, नाही तर लोकनियुक्त पंतप्रधान-राष्ट्रध्यक्ष राज्य करो; राज्य करणाऱ्यांच्या टोळ्यांची चंगळ असते. जनता आहे तशीच आणि आहे तिथंच असते. कल्पान्तापर्यंत हे असंच चालणार आहे.

■

१०)
नावं कशी पडतात?

निरनिराळी गावं, रस्ते, गावातील ठिकाणं, विहिरी, इमारती इत्यादींना कोणत्या तरी कारणावरून नाव पडलेलं असतं. मूळ कारण कित्येकदा तसं साधंच असतं. पण ते साधं कारणच पुढं नाव होऊन बसतं. असले प्रकार गावोगावी असतात. सहज खूण म्हणून सांगितलेली गोष्टच पुढं, त्या खुणेचं नावात रूपांतर होतं आणि ते नाव प्रथम लोकांच्या तोंडी रूढ होतं. मग हळूहळू त्या रुळलेल्या नावाला नगरपालिका, सरकार यांचाही पाठिंबा मिळून ते नाव अधिकृत म्हणून वापरलं जातं. याच पद्धतीनं कितीतरी नावं रूढ झाली आहेत. ती आपोआप प्रसारित होत जातात. अशी काही नावं कशी पडली, ती पाहू या.

सिंडिकेट - कल्याणला मुरबाड रोडवर एक विभाग आहे. त्या विभागाचं नाव 'सिंडिकेट' पडलं आहे. सुमारे ५० वर्षांपूर्वी या विभागातली लोकवस्ती विरळ होती. बऱ्याच सोईही उपलब्ध नव्हत्या. अशा त्या काळात कोणी एका सिंधी उद्योजकानं मुरबाड रोडवर एक टिंबर कारखाना सुरू केला होता. प्रथम त्या कारखान्याच्या नावाचा शब्द होता. त्यापुढं 'टिंबर सिंडिकेट' हे दोन शब्द. 'अमुक टिंबर सिंडिकेट' असा तो इमारती लाकडाचा कारखाना होता. रस्त्यावर व्यवसायाचा ठळक बोर्ड असलेलं ते ठिकाण होतं. लोक जाता-येता तो बोर्ड वाचायचे. त्यातला सिंडिकेट हा शब्द उचलला. पुढं-पुढं आपल्या विभागाचा पत्ता

सांगण्यासाठी त्या 'सिंडिकेट' या शब्दाचा उपयोग करण्यास प्रारंभ झाला. मूळ नाव त्या भागाला काहीच नव्हतं. त्यामुळे सिंडिकेट शब्द झपाट्यानं रूढ झाला. आता तर नुसतं 'सिंडिकेट' म्हणायचा अवकाश, कल्याणमधील बहुतेकांना सिंडिकेट नेमकं कुठं आहे, ते चटकन कळतं. सर्व प्रकारच्या स्थानिक वाहनचालकांना गिऱ्हाइकांनी नुसतं 'सिंडिकेट' म्हटलं तरी पुरे. कारण सिंडिकेट सिर्फ नाम ही काफी है, अशी कीर्ती मिळविली आहे. सिंडिकेट हे नाव का पडलं, ते कुणालाच फारसं माहीत नसतं. पण सिंडिकेट म्हटलं की नेमकं कुठं जायचं आहे, बरोबर कळतं.

बाईचा पुतळा - कल्याणमधील मुरबाड रोडवरीलच आणखी एक विभाग आहे. रस्त्याच्या मध्यभागी खांद्यावर घागर घेतलेल्या बाईचा कलात्मक कसा ब्राँझचा पुतळा होता. त्यामुळे तो विभागच 'बाईचा पुतळा' या नावानं ओळखला जाऊ लागला. हल्ली तिथंच नव्यानं झालेल्या उड्डाणपुलाचा उतार आला आहे. त्यामुळे पुतळा हलविणं भागच होतं. आता तिथं बाईचा पुतळा नाही. तरीही तो विभाग किंवा तिकडचा पत्ता सांगण्याची खूण म्हणून 'बाईचा पुतळा' किंवा 'बाईच्या पुतळ्याजवळ' असं म्हणायची पद्धत पडून गेली आहे. त्या विभागाला 'बाईच्या पुतळ्याजवळ' असं नाव पडलं आहे.

खिडकीवडा - कल्याणमधील टिळक चौकाच्या थोडं अलीकडे 'खिडकीवडा' आहे. जुन्या पद्धतीचं घर. एक खिडकी रस्त्याच्या बाजूला अगदी रस्त्याला लागून. त्या घराच्या मालकानं बटाटेवडे तयार करण्याचा व्यवसाय सुरू केला. त्या खिडकीतून रस्त्यावर उभ्या असलेल्या ग्राहकांना बटाटेवडे विकले जाऊ लागले. खिडकीतून मिळणारा वडा म्हणून तो वडा बटाटेऐवजी 'खिडकीवडा' म्हणूनच प्रसिद्धी पावला. तो परिसर खिडकीवडा म्हणून ओळखला जातो. 'खिडकीवड्याजवळ श्यामराव राहतात' असं किंवा अशाच पद्धतीचं काही सांगायचं असल्यास नुसतं 'खिडकवडा' असं म्हटलं की, लगेच कळतं.

काळा घोडा - मुंबईमधील म्युझियम विभागात इंग्रजांच्या काळातला एक अश्वारूढ व्यक्ती म्हणजे सातवे एडवर्ड बादशहा होते. (ऐकलेल्या माहितीप्रमाणे.) संपूर्ण पुतळा ब्राँझचा होता. त्या पुतळ्यातील बादशहापेक्षा तो काळ्या रंगाचा घोडाच अतिशय प्रसिद्ध झाला. उंचच उंच चबुतरा, त्यावर पूर्णाकृती घोडा आणि त्या घोड्यावर बादशहा. त्यामुळे लोकांची सर्वसाधारण नजर घोड्यापर्यंतच उंच

जायची. घोड्यावर कोण बसलं आहे, याची कुणीही फारशी चौकशी केली नाही. त्यामुळे ज्याला-त्याला काळा घोडाच सहज दिसायचा. म्हणून तो भाग काळा घोडा म्हणून प्रसिद्ध झाला. तो घोडा बऱ्याच वर्षांपूर्वी हलविला गेला तरी तो भाग मात्र आजमितीलासुद्धा 'काळा घोडा' या नावानंच ओळखला जातो. नावं पडतात ती अशी.

बैलघोडा - मुंबईमधील परळ विभागामध्ये खूप वर्षांचं जुनं, प्रसिद्ध पशुवैद्यक महाविद्यालय आहे. रस्त्याच्या बाजूला असलेल्या ठिकाणी उंच जागी बैल आणि घोड्यांचे पुतळे आहेत. त्यामुळे त्या भागाला 'बैलघोडा' असं नाव पडलं.

खडा पारशी - मुंबईतील भायखळा भागात अग्निशामक दलाचं मुख्य कार्यालय आहे. त्याजवळ पुलाच्या टोकाशी एका चबुतऱ्यावर एका पारशी व्यक्तीचा पुतळा उभा आहे. नाव कुणालाच माहीत नसतं, म्हणून तो पुतळा 'खडा पारशी' (उभा राहिलेला) या नावानं ओळखला जातो.

सात रस्ता - मुंबईतील महालक्ष्मी रेल्वे स्टेशनला जवळ असलेला भाग. मध्यभागी वाहतुकीसाठी वर्तुळ. त्या वर्तुळापासून सात रस्ते फुटले आहेत. म्हणून तो भाग 'सात रस्ता' या नावानंच प्रसिद्ध आहे. 'सात रस्ता' म्हटलं की तो भाग लक्षात येतो.

सिंडिकेट काँग्रेस - इंदिरा गांधी यांनी मूळ काँग्रेसमधून बाहेर पडून 'काँग्रेस (आय) स्थापन केली. आय म्हणजे इंदिरा या नावातील आद्याक्षर. त्यांच्याविरुद्ध मूळ काँग्रेसमधील जुन्या पुढाऱ्यांनी 'सिंडिकेट' बनविलं. त्यामुळे त्यांची काँग्रेस 'सिंडिकेट काँग्रेस' म्हणून ओळखली जाऊ लागली. पाठोपाठ 'आय' या अक्षराचा उपयोग करून 'इंदिरा काँग्रेस' ही 'इंडिकेट' काँग्रेस या नावानं परिचित झाली.

खुन्या मुरलीधर - हे मंदिर पुण्यामध्ये आहे. तिथली मूर्ती त्या काळातल्या एका सावकारानं विकत आणून मंदिरात स्थापन करण्याचं ठरवलं होतं. ती मूर्ती नाना फडणीसांना फार आवडली. त्यांनी सावकाराकडे ती मूर्ती मागितली. सावकारानं स्पष्ट नकार दिला. नानांची माणसं आणि सावकाराची माणसं यांच्यात जोरदार मारामारी होऊन तिथं काही जणांचे खून पडले होते. म्हणून त्या मंदिरामधला मुरलीधर पुढं 'खुन्या मुरलीधर' याच नावानं ओळखला जाऊ लागला. आजसुद्धा.

आता थोडी निराळी नावं पाहू या.

विको वज्रदंती - केशव विष्णू पेंढरकर यांनी व्यवसाय सुरू केला, तेव्हा वडिलांचं नाव देऊन सुरू केला. 'विष्णू इंडस्ट्रियल केमिकल कंपनी' याचं संक्षिप्त रूप 'विको' असं आहे.

बिटको - टुथ पावडर, ग्राईप वॉटर प्रसिद्ध आहे. 'भायखळा ट्रेडिंग कंपनी'चं हे संक्षिप्त रूप आहे. भायखळा (इंग्लिश उच्चारातील) बी वाय ही अक्षरं, ट्रेडिंगमधलं टी आणि कंपनीतील सीओ— झाली 'बिटको' कंपनी तयार.

बालमोहन - मुंबईतील दादर विभागात असलेली 'बालमोहन विद्यामंदिर' ही शाळा फार प्रसिद्ध आहे. संस्थापक दादासाहेब रेगे यांना टिळक व गांधी यांच्याविषयी फार आदर होता. टिळकांचं नाव बाळ असं होतं आणि गांधींचं नाव मोहनदास असं होतं. ती दोन्ही नावं एकत्र करून आपल्या शाळेला त्यांनी 'बालमोहन' हे नाव दिलं. याच पद्धतीनं शोध घेतल्यास आणखी कितीतरी नावं मिळतील.

■

११)
बिचारं क्रियापद

बायको कशी असावी याविषयी एक संस्कृत श्लोक आहे— 'कार्येषु मंत्री, करणेषु दासी, भोज्येषु माता, शयनेषु रंभा...' वगैरे. कोणत्याही जातिवंत नवऱ्याला आपली बायको, नुसती बायको असून चालत नाही. ती सल्लागार, दासी, रंभा, माता वगैरे नात्यांचीही असली पाहिजे, असा नवरोजीरावांचा आग्रह असतो. नवराही एकाच वेळी नवरा, कुटुंबप्रमुख, आक्रमक आणि मुख्य म्हणजे पुरुष असतो. तो बायकोकडून वरील गोष्टींची केवळ अपेक्षा करून थांबत नाही, तर या सर्व गोष्टी तो बायकोकडून वसूल करून घेत असतो. तोच त्याचा पुरुषार्थ! या आडदांड वृत्तीमुळे बायकोला संसारातल्या अनेक गोष्टी कराव्या लागतात; नव्हे या गोष्टी तिच्यावर लादल्या जातात. बायकोला हे सर्व निमूटपणे सहन करून करावं लागतं.

नवऱ्याप्रमाणेच बायकोही नोकरी करत असली आणि तीही दमून-भागून घरी आलेली असली, तरी नवरा ऑर्डर सोडतो, "ए ऽ ऽ ऐकलंस का? (न ऐकून सांगते कोणाला?) चहा कर लवकर. दमून आलोय, दिसत नाही का?" ही मुक्ताफळं ऐकून बायको घरातली कामंही करते. स्वयंपाक, धुणी, भांडी, केरवारे, बाजारहाट, मुलांचा अभ्यास, एक की दोन— अनेक गोष्टी बायकोवर लादलेल्या असतात. नवरा मात्र कुटुंबप्रमुख पुरुष म्हणून रुबाबात असतो.

व्याकरणामधेही नेमकी हीच स्थिती आहे. संपूर्ण व्याकरणाविषयी मी काही सांगत नाही. घाबरू नका. हल्ली

बहुतेक लोकांना व्याकरणाची ॲलर्जीच आहे. म्हणून मी व्याकरणात 'वाक्य' या नावाचा जो प्रकार आहे, त्याच्याविषयी सांगणार आहे. प्रत्येक वाक्य म्हणजे एकेक कुटुंबच असतं. वाक्याची काही कुटुंबं मोठी असतात. या कुटुंबात, व्याकरणात ज्याला 'कर्ता' म्हणतात, असा कर्ता शब्द (चाल : कर्ता पुरुष) वाक्यातला कुटुंबप्रमुख असतो. म्हणून त्याचा मान वाक्यातल्या पहिल्या स्थानावर असतो. तिथून तो हलतच नाही. त्यानंतर कर्मात 'कर्म' या संज्ञेचा पुत्र असतो. म्हणून या प्रकारच्या वाक्याला सकर्मक वाक्य म्हणतात. काही वाक्यं अकर्मक असतात. त्यांच्या कर्मात व्याकरणातलं कर्म नसतं. अशी निपुत्रिक वाक्यंही भरपूर असतात. अशा वाक्यांना अकर्मक वाक्यं म्हणतात.

आता वाक्य कुटुंबातील नात्यांकडे वळू या. वाक्यातला कर्ता— याच्याकडे वाक्यातल्या कुटुंबप्रमुखाची भूमिका असते. याशिवाय कर्ता हा वाक्यकुटुंबामधला नवरा असतो आणि क्रियापद बायको असतं. हे दांपत्य असल्याशिवाय वाक्यच तयार होत नाही. नुसता कर्ता कितीही शूर असला, तरी तो एकटा वाक्य तयार करू शकत नाही. त्याला क्रियापद नामक पत्नीचं साह्य घ्यावंच लागतं. 'एकचक्रो रथो यद्वद् एक पक्षो यथा खग.' म्हणजे, एकच चाक असलेला रथ किंवा एकाच बाजूला पंख असलेला पक्षी ज्याप्रमाणे निरर्थक, निरुपयोगी होय— नव्हे, क्रियापद असल्यावाचून वाक्याचा जन्मच होत नाही. हे सामर्थ्य क्रियापदाचं आहे; कर्त्याचं नाही. अकर्मक वाक्यं असतात ना, त्यातील क्रियापदांना कर्म-संततीचा योग नसतो. एक प्रकारे ही क्रियापद वंध्या असतात, असं म्हणावं लागेल. उदाहरणार्थ— तो जातो, ते आले, ती झोपली, तुम्ही बसलात वगैरे वाक्यं अकर्मक आहेत. क्रियापदरूपी पत्नीला 'काय' हा प्रश्न विचारावा. क्रियापद गप्प बसलं तर समजावं, ते क्रियापद निपुत्रिक आहे. उदाहरणार्थ— जातो या क्रियापदाला 'काय जातो' हा प्रश्न विचारा. उत्तर येत नाही. म्हणून जातो हे क्रियापद अकर्मक. पण क्रियापदाला काय हा प्रश्न विचारल्यावर क्रियापदानं उत्तर दिलं, तर ते क्रियापद सपुत्रिक आहे, असं समजावं. प्रश्न विचारून बघू या. "काय वाचतो?" क्रियापद म्हणतं, "पुस्तक वाचतो, पत्र वाचतो" वगैरे. यावरून 'वाचतो' क्रियापद सकर्मक आहे याचा बोध होतो.

क्रियापदावर कामाचा प्रचंड बोजा असतो. त्याला क्षणाचीही उसंत मिळत नाही. क्रियापद हा शब्द आपण जरा ढोबळपणानं वापरतो. क्रियापदाचं संस्कारपूर्व मूळ रूप असतं ना, त्याला 'धातू' असं म्हणतात. परंतु टॉर्चला बॅटरी म्हणावं, कॅश मेमोला बिल म्हणावं, हॉस्पिटलला दवाखाना म्हणावं, अशा प्रकारची ही चूक आहे. अनवधानानं कशालाही, काहीही म्हणायचं, अशी पद्धत पडून गेलेली असते.

'धातू' नामक एक शब्द आहे, हेही कित्येकांना माहीत नसते. क्रिया म्हटलं

की क्रियापद, एवढंच बहुतेकांना माहीत असतं. तान्हं मूल अगदी उघडं आहे. हे उघडं मूल म्हणजे धातू. त्या मुलाला कपडे घालून जे तयार होईल, ते क्रियापद. धातूवर निरनिराळे संस्कार करून, एकाच धातूची दहा-बारा क्रियापदं सहज करता येतात. हीच तर क्रियापदांची व्यथा आहे. आपणही धातूला, सर्वांच्या सोईसाठी क्रियापद असंच म्हणू या.

कर्ता नाना प्रकारच्या क्रिया करण्याचं ठरवतो. पण सगळा भार क्रियापदावर पडतो. एखाद्या ऑफिसात कुणी तरी एखादा जोशी नावाचा मवाळ कारकून असतो. बाकीची लबाड माणसं त्या जोश्यावरच सगळी कामं लादतात. डिस्पॅच, इनवर्ड, टायपिंग, मस्टर, बिलं— काय वाटेल ती कामं त्याला करावी लागतात. क्रियापद म्हणजे वाक्यातला जोशीच. काळ, लिंग, पुरुष आणि वचन ही चौकडी क्रियापदाच्या पाचवीलाच पूजलेली आहे. हे चौघे संख्येनं फक्त चार नसतात, तर भरपूर असतात. नुसतं 'काळ'चं बघा. काळात वर्तमान, भूत आणि भविष्य असे तीन मुख्य काळ आहेत. क्रियापदाला त्या-त्या काळाला साजेशी रूपं धारण करावी लागतात. कर्ता मात्र वाक्यातल्या पहिल्या स्थानावर लोडाला टेकून आरामात बसलेला असतो. बरं, काळाच्या फक्त तीन रूपांवरच भागत नाही. प्रत्येक काळाच्या चार-चार पोटचाली आहेत. त्याप्रमाणे क्रियापदाला कपडे बदलावे लागतात. वेळोवेळी बदलायच्या कपड्यांनी क्रियापदाचं कपाट भरलेलं आहे. त्याच कपाटात 'पुरुषा'प्रमाणे बदलायचे कपडे आहेत. 'वचना'प्रमाणे बदलायचे कपडे आहेत. लिंगाप्रमाणे बदलायचे कपडे आहेत. याशिवाय आज्ञार्थ, संकेतार्थ, विध्यर्थ आणि प्रश्नार्थ यांच्यासाठीचे कपडे निराळे आहेत. या व्यक्तिरिक्त काव्यामध्ये क्रियापदांची रूपं आणखी निराळ्या पद्धतीनं येतात. (म्हणजे : म्हणाला, वदे : बोलला, धरिजे : धरतो, नेणिजे : जाणत नाही, म्हणे : म्हणतो वगैरे) यासाठी वापरायचे कपडे आणखी निराळ्या पद्धतीचे असतात. हे सर्व लक्षात ठेवून ते-ते कपडे परिधान करून क्रियापदाला वाक्यात यावं लागतं. वाक्यात आल्यावर त्याचं स्थान मात्र शोषितांप्रमाणे सर्वांत शेवटी आणि टिकोजीराव कर्ता मात्र पहिल्या स्थानावर आराम करतो.

पुरुष, लिंग, वचन आणि काळ ही चौकडी क्रियापदाला सतत एक्स्प्लॉइट करत असते. हे चौघेही क्रियापदाला आपापल्या तालावर नाचवत असतात. हा छळ क्रियापदाला निमूटपणे सहन करावा लागतो. कारण क्रियापदावाचून वाक्याला पूर्तता नाही, या एकाच कारणामुळे बिचाऱ्या क्रियापदाला तोंड दाबून बुक्क्यांचा मार सहन करावा लागतो. 'असाच जर छळ करत असाल, तर मी यापुढं वाबयांमध्ये पाऊलसुद्धा टाकणार नाही', असेसुद्धा क्रियापद म्हणून शकत नाही. एक प्रकारे क्रियापदाला वाक्यामधली जन्मठेपेची शिक्षाच आहे.

क्रियापदावर कसली कसली रूपं (रूपं कसली? सक्तमजुरीच) लादली जातात. याचं फक्त एकच उदाहरण पाहू या. 'वाचणे' हे क्रियापद घ्या. कर्ता मुलगा आहे. मुलगा पुल्लिंगी, तृतीय पुरुषी, एकवचनी आणि वर्तमानकाळी आहे. या चौघांच्या पसंतीचे कपडे घालून क्रियापद येते. 'मुलगा पुस्तक वाचतो.' पण एवढ्यात तिथं मुलगी येते. क्रियापदाला लगेच कपडे बदलावे लागतात. लिंगपरिवर्तन झालं ना? 'मुलगी पुस्तक वाचते.' एवढ्यात ते दोघेही वाचू लागतात. एकवचनाचं अनेकवचन झालं. क्रियापदानं झटपट कपडे बदलून अनेकवचनाचे कपडे घातले, 'मुलगा आणि मुलगी पुस्तक वाचतात.' बघा— वाचतो, वाचते आणि वाचतात. एवढ्यातल्या एवढ्यात तीनदा कपडे बदलून झाले. 'तू'च्या वेळी त्याच्या आवडीचे 'वाचतोस' हे कपडे घालावे लागतात. वर्तमानकाळातल्या रूपांची ही केवळ एक झलक आहे. साधा वर्तमानकाळ, अपूर्ण वर्तमानकाळ, पूर्ण वर्तमानकाळ आणि रिती वर्तमानकाळ हे चौघे काळपुरुष क्रियापदाच्या बोकांडी बसतात. कधी कधी क्रियापदाची दमछाक होते, म्हणून सहायक क्रियापद म्हणून दुसऱ्या क्रियापदाची मदत घ्यावी लागते. 'तो पुस्तक वाचत आहे.' या अपूर्ण वर्तमानकाळी वाक्यानं शेवटी 'आहे'चं साह्य घेतलं. एकटं क्रियापद कुठं कुठं म्हणून पुरं पडणार?

भूतकाळसुद्धा आपलीही चार पोटरूपं घेऊन क्रियापदाच्या मानगुटीवर भुताप्रमाणे येऊन बसतो. कसं ते बघा— 'त्यानं पुस्तकं वाचलं', 'तो पुस्तक वाचत होता', 'तो पुस्तक वाचत असे' आणि 'त्यानं पुस्तक वाचलं होतं.' चार भुतांच्या चार तऱ्हा क्रियापदाला सांभाळाव्या लागतात. शेवटी जातीला जातच उपयोगी पडते. त्याप्रमाणे मुख्य क्रियापदाला सहायक क्रियापद उपयोगी पडतं. वाचत होता, वाचत असे, वाचलं होतं. या तिन्ही ठिकाणी असणे या सहायक क्रियापदानंही अनुरूप कपडे घालून भूतकाळी क्रियापदाला सहकार्य केलं आहे. भविष्यकाळातून वावरताना सुद्धा क्रियापदाच्या भविष्यात हाच कामाचा बोजा लिहून ठेवला आहे. किती राबावं, याला काही प्रमाण?

याशिवाय आज्ञार्थी वाक्यातील कर्ता तर हुकूमशहाच असतो. क्रियापदाचे अगदी मूळ धातू असतात. जा, ये, बैस, ऊठ वगैरे. यांच्यावर संस्कार करून क्रियापदं केली जातात. निरनिराळे कपडे घातले जातात. आज्ञार्थी वाक्यातला कर्ता दरडावून मूळ धातूलाच जा, ऊठ, बैस, पळ वगैरे ऑर्डर्स सोडत असतो. त्यामुळे क्रियापदाला कपडे घालायलाही अवसर मिळत नाही. निसर्गावस्थेतच क्रियापदाला कर्त्यानं सांगितलेली क्रिया पार पाडावी लागते. या सर्व विवेचनावरून क्रियापद म्हणजे वाक्यातली चक्क वेठबिगारी आहे, याची खात्री पटते.

■

१२)
मध्यमवर्ग : जुना-नवा

जुना मध्यमवर्ग म्हणजे स्वातंत्र्यपूर्वकाळातला मध्यमवर्ग, असं मानू या आणि नवा मध्यमवर्ग म्हणजे स्वातंत्र्यप्राप्तीनंतरचा मध्यमवर्ग, हे ओघानंच आलं. आधी जुन्या मध्यमवर्गाबद्दल बघू या. मध्यमवर्ग हा पांढरपेशावर्ग म्हणूनही ओळखला जात असे. जुन्या मध्यमवर्गात प्रामुख्यानं सरकारी नोकरी करणारी सर्वसामान्य माणसं (कारकून, हेडक्लार्क वगैरे) शाळांतील शिक्षक, मुख्याध्यापक, बऱ्यापैकी आर्थिक स्थिती असलेली माणसं मोडत असत. त्या काळात मध्यमवर्गाचे पोटविभाग पाडले गेले नव्हते. ज्यांची गरिबी उघड-उघड दिसते किंवा ज्यांची श्रीमंती डोळ्यांवर येण्याइतपत स्पष्ट दिसते, असे जे नव्हते, ते मध्यमवर्गीय लोक अशी मध्यमवर्गाची स्थूल मानानं व्याख्या केली जात असे.

आहे त्यात काटकसरीनं राहून मुलांचं शिक्षण वगैरे नीट करणं; घरातले प्रश्न, अडचणी घरातल्या घरात ठेवणं, त्यांची वाच्यता होऊ न देणं, वागण्यात सुसंस्कृतपणा असणं, मुलांवर चांगले संस्कार घडविण्याचा प्रयत्न करणं, ही मध्यमवर्गीयांची मुख्य लक्षणं सांगता येतील. मध्यमवर्गीयांच्या ताटात जेवताना एकंदर चार-पाच पदार्थ असायचे. भात, भाकरी किंवा चपाती, आमटी, भाजी, चटणी वगैरे. घरातच उन्हाळ्यात लोणची, पापड, कुरडया करणं, मुरांबा-मोरावळा करणं हेही रूढ होतं. मर्यादित मिळकतीत नेटका संसार करणं, हे मध्यमवर्गीयाचं व्यवच्छेदक लक्षण होतं. त्याप्रमाणेच मध्यमवर्गीय

लोक वागत असत.

कुटुंबातले पती-पत्नी सुसंस्कृत असल्यामुळे मुलांवर चांगले संस्कार घडविण्याकडे ते विशेष लक्ष देत असत. संध्याकाळी दिवेलागणी झाल्यावर मुलांनी देवाचं म्हणायचं, हे महत्त्वाचं मानलं जाई. स्वातंत्र्यपूर्वकाळात सहकुटुंब हॉटेलात जाणं त्या काळच्या मध्यमवर्गीयांना मान्य नव्हतं आणि परवडणारं नव्हतं. एखादा शाळकरी मुलगा मित्राबरोबर चोरून हॉटेलात गेला आणि कुठूनतरी हे वडिलांना कळलं, तर वडील आपल्याला बदडून काढतील, अशी भीती असे. ''पोरगा बिघडायला लागला हं,'' असं मत व्यक्त केलं जाई. हॉटेलसंस्कृती कुटुंबसंस्थेपर्यंत पोहोचली ती स्वातंत्र्यप्राप्तीनंतर. काय जिभेचे चोचले पुरवायचे, ते घरातच ते-ते पदार्थ करून पुरवावेत, असा तो काळ होता.

सिनेमासुद्धा धार्मिक, साधुसंतांचा किंवा ऐतिहासिक एवढेच बघायला मिळायचे. त्या काळातले सामाजिक सिनेमेसुद्धा आजच्या निर्लज्ज सिनेमांपेक्षा कितीतरी सोज्वळ असायचे. नवरा-बायकोच मुलांना झोपवून सिनेमाला जायचे. कारण सामाजिक सिनेमात प्यार, मोहब्बत, उल्फत, मेरा दिल, तुम्हाला दिल वगैरे असायचं. मुलांनी तसलं पाहणं योग्य नाही, असं मानलं जाई. हीरो आणि हिरोईनसुद्धा दोघांत 'सन्मान्य अंतर' (रिस्पेक्टेबल डिस्टन्स) ठेवून उभे राहायचे आणि प्रेमाचं द्वंद्वगीत गायचे. तरीसुद्धा हे बरंच चावट आहे बरं का, असं त्या काळातल्या मध्यमवर्गीयांना वाटायचं.

संस्कारक्षम असणं, सुसंस्कृत असणं, पापभीरू असणं, कायद्यालाच भिऊन असणं, नसत्या उचापती करून कौटुंबिक स्वास्थ्य न बिघडविणं, सदैव सरळमार्गी असणं इत्यादी अनेक गोष्टींचं भलं मोठं ओझं पाठीवर घेऊन वावरण्यातच त्या काळच्या मध्यमवर्गीयांना धन्य वाटे. हे सगळं ओझं मध्यमवर्गीय लोक स्वत:होऊन आपल्यावर लादून घेत असत. जणू काही संपूर्ण समाजस्वास्थ्य टिकवण्याची जबाबदारी परमेश्वरानं आपल्यावरच सोपवली आहे, असं त्यांना वाटत असे.

स्वातंत्र्यप्राप्तीनंतरच्या काळात मात्र याच मध्यमवर्गीयांचे अनेक स्तर निर्माण झाले. जुन्या मध्यमवर्गात महिन्याच्या शेवटी-शेवटी वर्तमानपत्रांची रद्दी घासाघीस करून रद्दीवाल्याला विकणारा एक स्तर होता. परंतु, स्वातंत्र्यप्राप्तीनंतर मात्र ज्याला मध्यमवर्ग म्हटलं जातं, त्याचे खूप स्तर निर्माण झाले. हे स्तर आर्थिक परिस्थितीवर आधारित असे आहेत. एका इंग्लिश साप्ताहिकानं हे प्रसिद्ध केलं आहे. पूर्वी मध्यमवर्गीय माणसं सात-आठ टक्केच होती. हल्ली हे प्रमाण पस्तीस टक्क्यांवर येऊन पोहोचलं आहे. सुमारे ३४ हजारांपासून ते सुमारे दीड लाख रुपयांपर्यंत वार्षिक उत्पन्न असणारा माणूस मध्यमवर्गात मोडतो. हल्ली बहुसंख्य कुटुंबांत

घरातील दोन व्यक्ती तरी नोकरी करत असतात. त्यामुळे घरात भरपूर पैसे प्रत्येक महिन्याला येत असतात.

आधुनिक मध्यमवर्गीयांच्या राहणीमानामध्ये आणि जीवनशैलीत बराच फरक पडला आहे. जुन्या मध्यमवर्गात नसलेल्या कितीतरी गोष्टी नवीन मध्यमवर्गात अत्यावश्यक होऊन बसल्या आहेत. प्रत्येक गोष्टीवाचून नडतं. जुन्या मध्यमवर्गीयांच्या घरामध्ये विजेचे पंखे नव्हते. कित्येक घरांमधून विजेचे दिवेसुद्धा नसायचे. फक्त चहा असे. कॉफी म्हणजे चैन वाटे. कुणी विशेष पाहुणे आले, तर पोल्सन फ्रेंच कॉफी किंवा एकाला एक चिकटलेल्या कॉफीच्या तीन वड्या आणून त्यांच्यापुरती करून दिली जात असे. हल्लीच्या नवीन मध्यमवर्गीयांच्या घरातून चहा-कॉफीच काय, परंतु बोर्नव्हिटा आणि कॉम्प्लानसुद्धा असतं. नवीन मध्यमवर्गीयांच्या घरात सरसकट गॅसची शेगडी असते. जुन्या मध्यमवर्गात एखाद्याकडे स्टोव्ह असला तरी, ''तुमचं काय बाई, स्टोव्ह पेटवला की पाच मिनिटांत चहा तयार!'' असं म्हटलं जायचं.

हल्ली नवीन मध्यमवर्गातला रेडिओ मागं पडला आणि टीव्हीनं घराचा ताबा घेतला. जुन्या मध्यमवर्गात रेडिओ नसायचा. ती चैन आणि खर्चाची बाब वाटत असे. रेफ्रिजरेटरशिवाय नवीन मध्यमवर्गीयांच्या घराला शोभाच नाही. पूर्वी लांबूनसुद्धा बघण्यासाठीसुद्धा रेफ्रिजरेटर क्वचितच दिसायचा. बरीच मंडळी सुपरिटेंडेंटचा उच्चार 'सुपरिडेंट' करतात त्याचप्रमाणे रेफ्रिजरेटरचा उच्चार 'रेफ्रिजेटर' असा करत असत.

सध्याचा मध्यमवर्ग आर्थिकदृष्ट्या छान झाला आहे. मोठमोठ्या कारखान्यांतले कर्मचारी आणि शासकीय कर्मचारी यांचे पगार पाच-पाच आकड्यांत झाले आहेत. ''गिरगावातल्या चाळीतली डबलरूम पाहिली. भाडं फार आहे. तीन रुपये दरमहा!'' हे जुने संवाद आणि नवीन मध्यमवर्गीयाचं बोलणं ऐका, ''आम्हाला हा वन रूम किचन फ्लॅट ९५० रु. स्क्वेअर फुटानं पडला. सगळं मिळून साधारण चार लाखांवर झाले. पैसे गेले, पण कायमची ओनरशिपची वास्तू झाली. शिवाय आजूबाजूचे लोकही डीसेंट आहेत.''

नवीन मध्यमवर्गीयांचे सर्व कपडे नेहमी वॉर्डरोबमध्ये असतात. दांडीवर, दोरीवर, खुंटीवर लोंबकळत नसतात. गोदरेजचे कपाट, त्यात दागिने, बँकेचं पासबुक, फिक्स डिपॉझिटच्या पावत्या, विम्याच्या पॉलिशा, फ्लॅट खरेदीची कागदपत्रे, काही रोख रक्कम वगैरे असतं. झोपायला कॉट, गादी, उत्तम डिझाइन्सचे बेडशीट्स, छान चादर, उश्या... सगळं कसं छान-छान असतं. शिवाय रात्रभर विजेचा पंखा सुरू. पूर्वीसारखं जुन्या वहीचा पुठ्ठा फाडून वारा घेणं कधीच इतिहासजमा झालं. डासांसाठी प्रतिबंधक उपाय— गुडनाईट, कासव छाप वगैरे वस्तू. एकदम आमूलाग्र

बदल झाले. पूर्वीसुद्धा उन्हाळ्यात पाठीवर घामोळ्या होत असत; पण नवीन मध्यमवर्गीयांना त्यासाठी 'नायसिल' पावडर लागू लागली.

काय काय म्हणून सांगावं? पूर्वी कुटुंबप्रमुखाला स्वत:साठीसुद्धा एखादी स्वस्तातली सेकंडहँड सायकल घेणं परवडत नसे आणि हल्ली स्कूटर अन् मोटरसायकलसाठी चिरंजीवानं माफक हट्ट केला तरी ते वाहन मिळते. जुना मध्यमवर्ग आणि सध्याचा नवीन मध्यमवर्ग यांची तुलना करत बसलो, तरी ती मनोरंजक होईल.

■

१३)
पुरस्कारांचा सुळसुळाट

स्वातंत्र्यपूर्वकाळ आणि स्वातंत्र्यप्राप्तीनंतरचा काळ यात खूप गोष्टींचे फरक पडले आहेत. तो काळ म्हणजे ऐतिहासिक काळाइतका जुना वाटतो. स्वातंत्र्यपूर्वकाळ म्हणजे जुना काळ आणि स्वातंत्र्यप्राप्तीनंतरचा काळ म्हणजे हल्लीचा काळ, असं मानू या. म्हणजे शब्दांना सुटसुटीतपणा येईल. वारंवार लांबलचक शब्द लिहिण्याचं वाचेल. जुन्या काळात प्रत्येक गोष्ट मर्यादित स्वरूपात असे, तर हल्लीच्या काळात प्रत्येक गोष्टीचा भरपूर सुळसुळाट झाला आहे. त्यामुळे आपण अगदी 'हे' होऊन जातो. कोणतीही गोष्ट बघा— शेकड्यांच्या, हजारोंच्या, लाखोंच्या संख्येत असते.

मोटारीचंच उदाहरण घ्या. माझ्या लहानपणी संपूर्ण पंढरपुरात आणि परिसरात अक्षरश: फक्त एकच मोटार होती. ती मोटार नगरपालिकेचे आरोग्य अधिकारी डॉ. फडके यांची होती. त्यांची मोटार हा सर्वांच्या कौतुकाचा विषय असे. हॉर्न वाजला की डॉक्टर फडके यांची मोटार येत आहे, हे लहान पोरसुद्धा ओळखू शकत असे. त्याच पंढरपुरात हल्लीच्या काळात सुकाळ झाला आहे. मोटारी, मोटरसायकली, स्कूटर्स, ट्रक्स, टँकर्स, बसेस, एस. टी. बसेस, जीपगाड्या, रिक्षा वगैरे वगैरे पेट्रोल-डिझेलवर चालणारी हजारे वाहनं या पुण्य-क्षेत्रात सतत धावत असतात.

जुन्या काळात फक्त श्रीमंत लोकांच्या घरात रेडिओ असे. हल्लीच्या काळात घरोघरी रेडिओ आला आणि टी. व्ही.

आल्यावर रेडिओ इतिहासजमा होऊ लागला. टी.व्ही.ची संख्या लाखांनी मोजावी लागेल. मुंबईसारख्या शहरात तर तैलचलित वाहनांची संख्या, टी.व्ही.ची संख्या वगैरे लाखांनीच मोजावी लागते. प्रत्येक गोष्टीचा सुळसुळाट हे हल्लीच्या काळाचं व्यवच्छेदक लक्षणच मानावं लागेल.

जुन्या काळात कॉलेजांची संख्या अतिशय कमी होती. मुंबई, पुणे, कोल्हापूर, त्यानंतर सांगली. बस्स! पण आता जुन्या काळातल्या कॉलेजांच्या संख्येपेक्षाही अधिक अशी विद्यापीठांची संख्या वाढली आहे. कॉलेजांची संख्या शेकड्यांनीच मोजावी लागेल. जुन्या काळात मॅट्रिकला नापास होणाऱ्यांची संख्या काही हजारसुद्धा होत नसे. परंतु हल्लीच्या काळात शालांत परीक्षांच्या सर्व परीक्षा मंडळांतर्गत नापास विद्यार्थ्यांची संख्या पाच-सहा लाखांपर्यंत जाते. सगळा हल्लीच्या काळाचा महिमा! दुसरं काय! सर्व काही प्रचंड.

जुन्या काळात शैक्षणिक पुरस्कार मोजकेच होते. मॅट्रिकला जगन्नाथ शंकरशेठ (संस्कृत), बी. ए. ला तर्खडकर (मराठी), न. चिं. केळकर— एम. ए. (मराठी), झाला— एम. ए. (वेदांत) वगैरे मोजकेच पुरस्कार होते. त्यामुळे त्यांचा दबदबाही तसाच होता. मॅट्रिकचा निकाल लागला की जो-तो पहिला प्रश्न विचारी, ''यंदाचा जगन्नाथ शंकरशेठ स्कॉलर कोण?'' त्या काळात तो सर्वोच्च सन्मान समजला जात असे. जणू काही नोबेल पारितोषिकच! जुन्या काळात मराठी सातवी पास होणं म्हणजे विद्यासंपादनाचा कळस समजला जाई. व्हर्नाक्युलर फायनल, हे या परीक्षेचं इंग्लिश नाव होतं आणि त्याचं व्ह. फा. हे संक्षिप्त रूप मराठीत लाडकं होऊन बसलं होतं. 'व्हफा' झालं की शिक्षकाची नोकरी, हे जुन्या काळात चालत असे. हल्लीच्या काळात 'सातवी पास'ला कुणी ढुंकूनही बघत नाही. चतुर्थ श्रेणीचा सामान्य नोकर म्हणूनदेखील कुणी विचारत नाही. हल्लीच्या काळात सगळं काही हजारांच्या आणि लाखांच्या घरात गेलं आहे. जुन्या काळातल्या 'व्हफा'ला कोण विचारणार? जुन्या काळात हॉटेलात जाणं बकालपणाचं लक्षण समजलं जात असे, तर हल्लीच्या काळात फाइव्ह स्टार हॉटेलातही चिक्कार गर्दी असते. जुन्या काळात आणि हल्लीच्या काळात जमीन-अस्मानाचा फरक पडला आहे.

हे सगळं आधी सांगण्याचं कारण, हल्लीच्या काळात नाना प्रकारच्या पुरस्कारांचा इतका सुळसुळाट झाला आहे की, दररोज कुणा ना कुणाला तरी, कसला ना कसला तरी पुरस्कार मिळत असतो. कुणी तरी कुणा तरी कै. च्या स्मरणार्थ कसला तरी पुरस्कार ठेवलेला असतो. तो कुणा तरी 'लायक' व्यक्तीला मिळत असतो. वर्तमानपत्रात असल्या बातम्या नेहमी प्रसिद्ध होत असतात. असेच काही पुरस्कार बघू या. आता सांगणार असलेले सर्व पुरस्कार काल्पनिक आहेत.

पुरस्कारप्राप्त व्यक्तीही काल्पनिक आहेत आणि वृत्तपत्रात यासंबंधीच्या प्रसिद्ध झालेल्या बातम्यासुद्धा काल्पनिक आहेत.

फेगडे यांना काळूबाई पुरस्कार

अमुक गाव, दिनांक : तालुक्यामधील उत्कृष्ट काव्यसंग्रहाला दिला जाणारा, तालुक्यात प्रतिष्ठित समजला जाणारा 'काळूबाई पुरस्कार' यंदा तालुक्यातील ढेबेवाडी येथील ज्येष्ठ आणि सुप्रसिद्ध कवी सखुरमण (धों. फु. ढेमकर) यांना मिळाला. रोख २५१ रुपये, पुष्पगुच्छ आणि श्रीफळ असे या पुरस्काराचे स्वरूप आहे. उत्तरादाखल केलेल्या भाषणात सखुरमण म्हणाले, "प्रतिष्ठित समजला जाणारा हा पुरस्कार माझ्या मते तर नोबेल पारितोषिकाच्या बरोबरीचा आहे.'' (टाळ्या.)

कवयित्री यमुना धुळवंडे यांना कोरफडे पुरस्कार

अमुक गाव, दिनांक : वुढकुंडी (बुद्रुक) ग्रामपंचायतीने कवयित्रीसाठी ठेवलेला रोख ५१ रुपयांचा पुरस्कार कुळकुंडी येथील जगप्रसिद्ध कवयित्री यमुना धुळवंडे यांना मिळाला. हा श्रेष्ठ पुरस्कार मिळविणाऱ्या यमुना धुळवंडे या तिसऱ्या थोर व्यक्ती आहेत.

समाजभूषण पुरस्कार श्री. बबन डोकेतोड यांना

अमुक गाव, दिनांक : बाहेरच्या किंवा गावातील प्रक्षोभक घटना घडल्यानंतर वेळोवेळी संपूर्ण गाव स्वसामर्थ्यावर बंद ठेवण्याचं महत्कार्य नेहमी केल्याबद्दल सोशल वर्कर बबन डोकेतोड यांना 'समाजभूषण' या पदवीने काल सन्मानित करण्यात आले. सन्मानपत्र, पुष्पगुच्छ आणि श्रीफळ असे या सन्मानाचे स्वरूप आहे.

प्रतिलता सौ. बकुळाबाई 'गानकोकिळा'

अमुक गाव, दिनांक : ग्रुप पंचायतीतर्फे घेण्यात आलेल्या स्त्री गायकांच्या स्पर्धेत प्रथक क्रमांक पटकावून गावातील प्रतिलता सौ. बकुळाबाई कावळे यांना सरपंचांच्या हस्ते 'गानकोकिळा' हा सन्मान प्रदान करण्यात आला. सरपंच आपल्या भाषणात म्हणाले, "इतके दिवसांपर्यंत फक्त लता मंगेशकरच गानकोकिळा होत्या. आता बकुळाबाई कावळे यांच्यामुळे हिंदुस्थानात दोन गानकोकिळा झाल्या आहेत. बकुळाबाईंनी हिंदुस्थानभर कुहूकुहू करावं, अशी ग्रामस्थांची इच्छा आहे.''

गौरी ठोकळे मिस तालुका

अमुक गाव, दिनांक : तालुक्यातर्फे सौंदर्य स्पर्धांचे आयोजन करण्यात आले होते. या स्पर्धेत एकूण ७ कुमारिकांनी भाग घेतला होता. मेंढीपिंपळी या गावातील कु. गौरी ठोकळे ही सात जणींत अधिक सुंदर ठरली. कु. गौरी आत मिस युनिव्हर्स स्पर्धेत भाग घेणार, असे बोलले जाते. तिचा सत्कार करण्यात आला. फेस पावडर, क्रीम आणि नेलपेंट या भेटवस्तू तहसीलदारांच्या हस्ते देऊन तिचा गौरव करण्यात आला.

बंडू घालमेलकर : नटसम्राट

अमुक गाव, दिनांक : गायबैलवाडी येथील नाट्यप्रेमी मंडळींनी सादर केलेल्या 'काका काकूचा' या नाटकातील भूमिकेबद्दल नटवर्य बंडू घालमेलकर यांना 'नटसम्राट' हा सर्वोच्च सन्मान प्रदान करण्यात आला. पुष्पगुच्छ आणि श्रीफळही देण्यात आले. घालमेलकर 'नटसम्राट' या नाटकातील मुख्य भूमिका करणार आहेत, असे समजते. कुणी बोलावले, तर युरोप-अमेरिकेचा दौरा करण्याची त्यांची इच्छा आहे.

■

१४)

प्रचार

निवडणुका आल्या की प्रचाराची रणधुमाळी माजते. जो-तो 'माझे खरे' असं भाषणातून सांगत असतो. आपलाच पक्ष कसं देशाचं आणि लोकांचं भलं करणार आहे, हे प्रत्येक पक्ष पोटतिडकीचा उत्कृष्ट अभिनय करून सांगत असतो. एवढंच नव्हे, तर एकेकटा उभा राहणारा अपक्ष उमेदवारसुद्धा आपण निवडून आल्यावर देशाचं आणि लोकांचं प्रत्येकी एकेक याप्रमाणे कसं कोटकल्याण करणार आहोत, हे सांगत असतो. लोकसभेच्या एकंदर जागा ५४५. त्यापैकी ५४४ दुसऱ्यांच्या आणि फक्त एक जागा या अपक्ष उमेदवारांची. दृश्य असं दिसतं की, १ विरुद्ध ५४४. अशा परिस्थितीत हा एकमेव खासदार (निवडून आला तर खासदार, नाही तर पडेल उमेदवार) काय काय करणार? तोच संसद-सदस्य, तोच पंतप्रधान, तोच गृहमंत्री, तोच अर्थमंत्री, तोच संरक्षणमंत्री, तोच रेल्वेमंत्री, तोच सर्वेसर्वा! असं होणं कधी तरी शक्य आहे का? एकेकटा उभा राहणाऱ्याचा प्रभाव कसा पडणार? अपक्ष म्हणून निवडून यायचं आणि योग्य ते 'संस्कार' घडवून घेऊन कुणाला तरी पाठिंबा देणं, कुणाला तरी खिंडीत गाठणं, कुणाला तरी 'मला केवढ्यात विकत घेता?' असं विचारणं—असले उद्योग सुरू होतात. अपक्ष एकेकटे, स्वतंत्र उमेदवार. मात्र ऐनवेळी उपद्रवकारक होतात. चक्क सरकारसुद्धा पाडतात. (पाहा- १८ एप्रिल १९९९ ची वर्तमानपत्रं)

प्रत्येक पक्षाची प्रचाराची भाषणं मात्र तडाखेबंद असतात.

काही नमुने पाहू या.

"उपस्थित मतदार बंधू-भगिनींनो, आमच्या पक्षाला शंभर वर्षं होऊन गेली. आमच्या पक्षाला पूज्य टिंबटिंबांचे कायमचे आशीर्वाद आहेत. स्वातंत्र्य आमच्या पक्षानं मिळवून दिलं. लोकशाहीतसुद्धा घराणेशाही चालू ठेवून लोकसत्ताक राज्यपद्धती आणि राजसत्ताक घराणेशाही पद्धती यांचा उत्कृष्ट संगम आमच्या पक्षाशिवाय अन्यत्र कुठंही बघायला मिळणार नाही. रामायण-महाभारत काळापासून राजसत्ताक घराणेशाही या महन्मंगल देशात सुरू आहे. हाच थोर सांस्कृतिक वारसा आमचा पक्ष गेली पन्नास वर्षं चालवत आहे. खंड पडतो की काय, असं वाटत होतं; परंतु तसं होणार नाही. त्याच घराण्यातली व्यक्ती पंतप्रधान झाली पाहिजे. ज्ञानेश्वर माऊलींनी सातशे वर्षांपूर्वीच सांगून ठेवलं आहे की, 'सोनियाचा दिनु अजि अमृते पाहिला।' ऑक्टोबरमध्ये सर्व ठिकाणच्या निवडणुका संपल्या की, पंतप्रधान आमच्याच पक्षाचे असणार. 'सोनिया'चा दिवस अजि अमृते पाहला, असं आपण, सातशे वर्षांनंतर पुन्हा म्हणू या!"

"प्रिय मतदार बंधू-भगिनींनो, सर्व उजव्या पक्षाचे नेते जातीयवादी आहेत. देशात डाव्या विचारसरणीचे सरकार आलं, तरच देशाचा उद्धार होणार आहे. समाजवाद हा आजचा युगमंत्र आहे. जातीयवादी प्रवृत्ती दिवसेंदिवस वाढत आहेत. त्यामुळेच देश रसातळाला चालला आहे. आमच्या पक्षाचे सध्या पंचवीस खासदार आहेत. एकूण खासदारांची संख्या ५४५ आहे. याचा अर्थ आता फक्त, अवघे केवळ, सिर्फ, ओन्ली ५२० खासदार पाहिजेत. सर्वच डाव्या पक्षाचे खासदार निवडून आल्यावर समाजवादी सरकार प्रत्येक मतदाराच्या घरावर सोन्याची कौलं घालणार आहे. तुम्ही मतांचा कौल आमच्या बाजूनं द्या; सोन्याची कौलं आमचं सरकार देणार. कौलं आणि कौल ही देवाण-घेवाण आहे. आमचं सरकार आलं की, दारिद्र्यरेषाच पुसून टाकणार आहे. तसं केलं की, देशातले सगळेच्या सगळे शंभर कोटी लोक आपोआपच दारिद्र्यरेषेच्यावर येतील. देशातली बेकारी शंभर टक्के नष्ट होईल. प्रत्येकाला मालकीचं घर मिळेल. पीएच. डी. पर्यंतचं शिक्षण मोफत मिळेल. शेतकऱ्यांचे, कामगारांचे विमे उतरविले जातील आणि त्यांचे हप्ते सरकार भरेल. म्हणून आमच्या पक्षालाच सगळी मते द्या आणि जातीयवाद्यांना गाडून टाका. डावी विचारसरणी जिंदाबाद! लक्षात ठेवा— तुमचं खरं कल्याण आमच्या पक्षाचं सरकार करणार आहे. जातीयवादी शक्ती म्हणजे विनाश. मतं डाव्या पक्षालाच द्या. देशाचं उज्ज्वल भवितव्य डाव्यांच्या हाती आहे."

"मतदार बंधू-भगिनींनो, आसेतु हिमाचल पसरलेल्या हिंदुस्थानामध्ये ८५ टक्के लोक बहुसंख्य आहेत आणि सगळ्या प्रकारचे मिळून १५ टक्के अल्पसंख्य

आहेत. अशी उघड, स्पष्ट विभागणी आहे. अल्पसंख्य १५ टक्के असले, तरी मतं एकगठ्ठा मिळतात. म्हणून केवळ त्यांच्या मतांसाठी स्वत:ला धर्मनिरपेक्ष म्हणविणारे पक्ष धडपडत असतात. त्यांच्या मतांसाठी वरून धर्मनिरपेक्षतेचं कातडं पांघरलेलं असतं. धर्मनिरपेक्षता हे दाखवायचे दात आणि जातीयता हे खायचे दात, अशी या धर्मनिरपेक्षवाल्यांची रीत आहे. हे तथाकथित धर्मनिरपेक्ष पक्षसुद्धा छुपे जातीयवादी धर्मवादी, भाषावादी, प्रांतवादी असतात. ते खरोखरच धर्मनिरपेक्ष, जातिनिरपेक्ष वगैरे वगैरे असतील; तर त्यांना येत्या सप्टेंबर-ऑक्टोबर १९९९ च्या लोकसभेच्या निवडणुकीत पुणे मतदारसंघात उत्तर प्रदेशातला महंमद अहमद यास उभे करावे. अय्यर, मेनन यांना उभे करावे. साताऱ्याला सीतावल्लभ पटनाईक यांना उभे करावे. दिल्लीमध्ये खाशाबा शिंदे याला, तर हरयाणात मगनलाल पटेल यांना उभे करावे. बहुसंख्य हिंदू मतदारसंघात मुसलमान उमेदवार उभा करावा. चेन्नईमधून जहांगीर वाडिया यांना उभे करावे. त्यांचा जोरदार प्रचार करावा. परंतु प्रत्यक्षात तसं फारसं घडत नाही. धर्मनिरपेक्ष, जातिनिरपेक्ष, इर्‌रिस्पेक्टिव्ह ऑफ रिलिजन, कास्ट, क्रीडा, सेक्स, लँग्वेज, प्रॉव्हिन्स वगैरे तडाखेबंद भाषणापुरतं असतं. आमच्या पक्षाला जातीयवादी म्हणवणारे सगळे तथाकथित धर्मनिरपेक्ष पक्ष योग्य ठिकाणी योग्य जाती-धर्माचाच उमेदवार उभा करतात. तसं केल्यावाचून चालत नाही. 'अ' धर्माच्या वस्तीत 'अ' धर्माचाच उमेदवार उभा करावा लागतो. 'ब' धर्माचा उभा करून चालत नाही. तरीही आमच्या पक्षाला हे पक्ष जातीयवादी म्हणतात. सर्वच्या सर्व उमेदवार डाव्या विचारसरणीचे आहेत; परंतु त्यांची आडनावं जोशी, परांजपे, कुलकर्णी, चितळे, पटवर्धन, लिमये, गोखले, रानडे वगैरे आहेत. ज्योती बसू त्यांना बंगालमधून लोकसभेला उभे करतील का? त्यांनी प्रयोग करून बघावा. काँग्रेसनं पश्चिम महाराष्ट्रात नायडू, अय्यर, रेड्डी, मेनन, नायर, सुब्रह्मण्यम्, पिल्ले, अय्यंगार, तंबी दुराई, मय्यप्पन वगैरे काँग्रेसचे निष्ठावंत उमेदवार उभे करून चालेल काय? काँग्रेसचे जाधव, माने, पवार, साळवी, भोस ले, पाटील, गायकवाड, महाडीक यांना तमिळनाडूत उभे केले, तर ते निवडून येतील काय? शक्य नाही. जात, धर्म, प्रांत, भाषा पाहूनच सर्व धर्मनिरपेक्ष पक्ष उमेदवार उभे करतात. लोकहो, बेगडया धर्मनिरपेक्षतेला भाळून न जाता, बहुसंख्याकांचा पाठिंबा असणाऱ्या आमच्या उमेदवारांनाच मतं द्या.''

''मतदार बंधूंनो आणि भगिनींनो, सर्व म्हणतात, 'बहुजन सुखाय, बहुजन हिताय', परंतु प्रत्यक्षात मात्र 'स्वजन सुखाय, स्वजन हिताय' असं त्यांचं वागणं असतं. हे लोक एवढे गडगंज श्रीमंत झाले आहेत की, पुढील पाच-सहा पिढ्या, प्रयत्न करूनही गरीब होता येणार नाही. सर्व पक्षांना आता निरोप द्या.

"आम्ही नवीन पक्ष काढला आहे. त्या पक्षाचं नाव 'निष्कलंक पक्ष'. कसलाही कलंक नाही. आमचं सरकार आलं तर ते सरकार निष्कलंक असेल. लाचलुचपत, बलात्कार, खून, दरोडे, लुटालूट, खंडणी, हप्ते सर्व काही निपटून काढणार आहोत. वरील सर्व गुन्ह्यांना सरसकट फाशीची शिक्षा दिली जाईल. बेकायदा बांधकाम, रस्त्यावरील बेकायदा आक्रमण हे गुन्हे करणाऱ्यांना पंचवीस वर्षांची सक्तमजुरीची शिक्षा दिली जाईल. त्यापूर्वीच तो मेला, तर उरलेली शिक्षा वारसाहक्कानं त्याच्या निकटच्या वारसादारास दिली जाईल. संपूर्ण देश स्वच्छ, चारित्र्यसंपन्न, सदाचारी, नीतिमान, सत्यप्रिय, कायद्याचं पालन करणारा असा बनवायचा असेल; तर फक्त आमच्या पक्षालाच मतं द्या. दारू, मटका, जुगार, गुटखा सर्व बंद करण्यासाठी आमच्या निष्कलंक पक्षालाच मतं द्या. एक आदर्श सरकार कसं असतं, हे पाहण्यासाठी तुम्ही आमच्या पक्षालाच मतं देणं अत्यावश्यक आहे."

■

१५)

निवडणूक-मुहूर्त

सार्वत्रिक निवडणुका आल्या की, नेहमी एक गोष्ट मोठ्या प्रमाणात चर्चिली जाते. ही चर्चा वर्तमानपत्रांतून ठळकपणे प्रसिद्ध होते. निरनिराळे राजकीय पक्ष आपापल्या पक्षाला सोईस्कर असे मुहूर्त सांगतात. हे सोईस्कर मुहूर्त मतदारांच्या दृष्टीने अत्यंत सोईचे आहेत, असा त्यांचा दावाही असतो. मुहूर्तांची एकच धुमश्चक्री होते. काय करावं, असा निर्वाचन आयोगालाच प्रश्न पडतो. वाजपेयी सरकाराचा १७ एप्रिल १९९९ ला पराभव झाल्यावर लोकसभा विसर्जित करण्यात आली. नवीन निवडणुका होण्याचं जाहीर झालं. सहा महिन्यांच्या आत निवडणुका झाल्याच पाहिजेत, असा कायदाच आहे. या सहा महिन्यांचे हेलकावे पाहण्यासारखे असतात. सर्व वर्तमानपत्रांना भरपूर मजकूर विनासायास मिळतो. निवडणुका कधी का होईनात, छापायला मजकूर तर भरपूर मिळतो. पुढारीमंडळी मतदारांच्या प्रेमानं निरनिराळ्या तारखा सांगतात.

पाऊस, उन्हाळा, हिवाळा, पूर, दुष्काळ, शेतीचे दिवस, सुगीचे दिवस, कापणीचे दिवस, परीक्षांचे दिवस, सणासुदीचे दिवस—अशी नाना प्रकारची कारणं सांगून प्रत्येक पक्ष एकेक सोईस्कर मुहूर्त सांगत असतो. नंतर काय होतं, प्रत्यक्ष जे मतदार असतात ना, त्यांच्यातल्या काही जणांनाही आपणसुद्धा काहीतरी सुचवलं पाहिजे, असं तीव्रतेनं वाटू लागतं. मग ते वर्तमानपत्रातल्या वाचकांचा पत्रव्यवहारात आपली मतं मांडतात. कोणत्या तारखा मतदारांना सोईच्या आहेत, हे पत्रातून पटवून

देत असतात. असली पत्रंही मिनी-पुढाऱ्यांचा आव आणून लिहिलेली असतात. अशीच काही पत्रं आता देत आहे.

संपादक महोदय,

'अ' पक्ष म्हणतो, जूनमध्ये निवडणुका घ्या; हे कसं शक्य आहे? बहुतेक सर्व परीक्षांचे निकाल जून महिन्यात लागत असतात. शाळा-कॉलेजात प्रवेश मिळविण्याची धडपड सुरू असते. अशा वेळी जर निवडणुका घेतल्या, तर सबंध देशात पंचवीस टक्केसुद्धा मतदान होणार नाही. अठरा वर्षं पूर्ण झालेले हजारो कॉलेज-विद्यार्थीसुद्धा मतांना मुकतील. अ पक्षसुद्धा हजारो मतांना मुकेल. म्हणून निवडणुका जूनमध्ये न घेता जुलै महिन्यात घ्याव्यात, असं मी आग्रहानं सुचवत आहे. मुख्य निवडणूक आयुक्त श्री. गिल माझ्या म्हणण्याप्रमाणे वागतील का?

संपादक महोदय,

जुलै महिन्यात निवडणुका घ्याव्यात, हे पत्र लिहिणाऱ्याच्या अकलेची कीव करावीशी वाटते. (टीप : अक्कल असल्यास) जुलै महिना हा पावसाचा महिना. पावसाचा खरा जोर जुलै महिन्यात असतो. नद्यांना पूर आलेले असतात. सगळीकडे पाणीच पाणी असतं. मतदार पोहत-पोहत मतदान केंद्रवर येणार काय? मतदान केंद्रावर मतदारांना कोरडे कपडे देण्याची व्यवस्था केली जाणार आहे काय? वृद्ध मतदार धोतर नेसतात. त्यांना कोरडी धोतरं पुरवली जातील काय? मतदारांचे स्वतःचे ओले कपडे लगेच सुकविण्याची यंत्रणा मतदान केंद्रावर असेल काय? आणि असल्यास ती यंत्रणा कार्यन्वित असेल काय? ज्यांना पोहता येत नाही, त्यांचे मत वाया जाणार. शेतकरी मंडळी शेतातून लावणीच्या कामात, ढोपरढोपरभर चिखलात मग्न झालेले असणार. सुखवस्तू मतदार, पाऊस धो-धो पडत आहे म्हणून घरातच बसून राहणार. अशा अनेक कारणांमुळे जुलै महिना मतदानाच्या दृष्टीने अगदी निरुपयोगी महिना आहे. त्यापेक्षा ऑगस्ट महिना उत्तम! नारळी पौर्णिमा होऊन गेलेली असते. पावसाचा जोरही कमी झालेला असतो. ऑगस्टमध्ये निवडणुका घेतल्या, तर शंभर टक्के मतदान नक्की होईल, असा मला दृढ विश्वास आहे.

संपादक महोदय,

ऑगस्टवीरांचं पत्र वाचलं. ऑगस्ट महिना म्हणजे साधारण आपला श्रावण महिना. श्रावण महिना सण, व्रत, उत्सव यांनी गच्च भरलेला महिना आहे. ते

सोडून मतदार मतदानाला येणं अगदी अशक्य आहे. फार तर अल्पसंख्य जमातींची थोडी फार मतं मिळतील; शंभर टक्के मतदान पत्रलेखकांच्या काकाश्रीला तरी शक्य आहे काय? श्रावणातले सोमवार उपवासाचे असतात, तर मंगळवार मंगळागौरीचे असतात, सगळे शुक्रवार देवीचे असतात, सर्व शनिवार उपवासाचे असतात. याशिवाय नागपंचमी, नारळी पौर्णिमा, रक्षाबंधन, श्रावणी, जन्माष्टमी, बैलपोळा हे सगळं श्रावण महिन्यातच असतं. यातून डोकं वर काढायला मतदारांना एका मिनिटाची तरी फुरसत मिळेल काय? मतदानाच्या दृष्टीने श्रावण म्हणजेच ऑगस्ट महिना एकदम बाद आहे. प्रत्येक केंद्रावरच्या मतदानाच्या रिकाम्या पेट्यांना सील लावून परत पाठवाव्या लागतील. पत्रलेखकानं क्षणभर जरी विचार केला असता तरी, ऑगस्ट महिना सुचविण्याचा लंबकर्णपणा त्यानं केला नसता. सप्टेंबर महिना मतदानाला अतियोग्य महिना आहे.

संपादक महोदय,

ऑगस्ट महिना सुचवणाऱ्याचा लंबकर्णपणा दाखवून देणाऱ्यानं तोच रासभपणा केला आहे. मतदानाच्या दृष्टीनं सप्टेंबर महिना एकदम प्रतिकूल महिना आहे. एकही मतदार मतदान केंद्राकडे फिरणार नाही. सप्टेंबर म्हणजे साधारणपणे आपला भाद्रपद महिना होय. भाद्रपदात पहिला पंधरवडा गणपतीचा, तर दुसरा पंधरवडा पितरांचा. गणपती आणि पितरं यांना सोडून कुणी तरी मतदार येतील काय? उगीच आपली उचलली जीभ लावली टाळ्याला!

गणेशोत्सवात लाखो मतदार मग्न असतात. प्रत्येकाच्या घरी गणपती असतो. कलावंत मतदार गावोगावी कार्यक्रमांसाठी जातात. ते मतदान कसं करणार? दुसरा पंधरवडा म्हणजे पितृपक्ष. या पंधरवड्यात शुभकार्य वर्ज्य असतं. मतदाराला ज्या उमेदवाराला मत द्यायचं असतं, ते तो देऊ शकणार नाही. कारण पितृपक्षात मतदान केल्यामुळे आपला उमेदवार पडण्याची दाट शक्यता असते. मग पितृपक्षात मतदान करण्याची रिस्क कोण घेणार? बरं, मतदान केलं नाही म्हणूनही आपला उमेदवार पडणार. पितृपक्षात मतदान करा किंवा न करा; उमेदवार नक्की पडणार. काही काही मतदारसंघांत अविधवा नवमी, सर्व पितृ अमावस्या या दिवशीही मतदानाच्या तारखा असतील. कुत्र्यांना मतदानाचा हक्क असता तर या दिवशी मतदानासाठी मतदान केंद्रावर काळं कुत्रंसुद्धा फिरकणार नाही; मग मनुष्यप्राण्यातील मतदारांबद्दल बोलायलाच नको. मुख्य निर्वाचन आयोगप्रमुख श्री. गिल, त्यांचे दोन सहकारी श्री. कृष्णमूर्ती आणि श्री. लिंगडोह या तिघांनी सप्टेंबर सुचविणाऱ्या वन् प्लस हाफ शहाण्याची (मराठी भाषांतर : दीड शहाणा) सूचना धुडकावून कचऱ्याच्या

टोपलीत टाकावी. सूचनेचे तीन समान तुकडे करून प्रत्येक निर्वाचन अधिकाऱ्यानं आपापल्या कचऱ्याच्या टोपलीत टाकवेत. म्हणजे तिन्ही टोपल्यांना बरं वाटेल. मी ऑक्टोबर महिना सुचवतो. ऑक्टोबर बेस्ट! शरद ऋतू असतो. वातावरण उल्हसित असल्याने शंभर टक्के मतदान होईल.

संपादक महोदय,

ऑक्टोबरवाल्याचं पत्र वाचलं. गडकऱ्यांनी महाराष्ट्राला, 'मंगलदेशा, पवित्रदेशा, राकट देशा, कणखर देशा, नाजुक देशा, कोमल देशा, फुलांच्याही देशा' असं म्हटलं आहे. 'दगडांच्या देशा' असं म्हटलं आहे. अनवधानानं 'मूर्खांच्या देशा' असं म्हणायचं राहून गेलं असावं. पण तसंही दिसत नाही. मूर्ख शब्द वापरून 'दगडा'ची पुनरावृत्ती नको, 'फुलांच्याही' म्हणताना मराठी फुलांबरोबर इंग्लिश फूल [FOOL] सुद्धा गडकऱ्यांना अभिप्रेत असावं. सांगायचा मुद्दा हा की, ऑक्टोबरात निवडणुका घेणं, हा क्रमांक एकचा दर्जेदार आणि अप्रतिम मूर्खपणा आहे. ऑक्टोबर म्हणजे आश्विन महिना. दहा दिवस नवरात्र असतं. नंतर दसरा. मग कोजागरी. त्यानंतर दिवाळीचे वेध लागतात. पाठोपाठ दिवाळी येते. मतदान करायला फुरसत तरी आहे काय? मतदानासाठी नोव्हेंबर महिना उत्तम आहे.

आता माझं म्हणणं : सगळे राजकीय पक्ष मतदान केव्हा करावं, याचा परस्परविरोधी केवढा बाऊ करतात? खरं म्हणजे, एक तारीख पक्की करा. मतदार येतात. मतदार गळक्या झोपडीत पावसाळा काढतात. गाड्या बंद पडल्या तरी, सुरू झाल्यावर कामावर जातात. पूर आला म्हणून, पाऊस आहे म्हणून, कडक उन्हाळा आहे म्हणून, कडाक्याची थंडी आहे म्हणून किंवा अशाच अनेक अडचणी नेहमी येत असताना त्यांच्याशी मुकाबला करत, त्यातून मार्ग काढून आपले दैनंदिन व्यवहार करत असतात. तर, मग मतदानाच्या सुमारे तास दोन तासांच्या कामाचा केवढा पोलिटिकल गाजावाजा करावा? शेवटी 'मुहूर्त' बघून तारखा ठरवल्या तरी ४५-५० टक्के एवढंच मतदान होत असतं.

६)

थोडक्यात पुष्कळ

थोडक्यात पुष्कळ काही सांगायला बुद्धिमत्ता आणि कौशल्य यांची आवश्यकता असते. बरंच काही सूत्ररूपानं सांगणं, हे तर आपल्या धर्मात फार प्राचीन काळापासून चालत आलं आहे. (आम्हा लेखक मंडळींना तर पाणी घालून पाल्हाळ लिहिणं जमतं; पण सूत्ररूपानं लिहिणं जमत नाही.) सूत्रातून एखादं तत्त्व सांगताना आणखी अर्ध अक्षर जरी कमी करता आलं, तरी सूत्रकाराला पुत्रजन्माचा आनंद होतो. उदाहरणार्थ- 'योगश्चित्त वृत्ति विरोध' हे पतंजलयोगसूत्रामधलं पहिलं सूत्र होय. चित्तवृत्तीचा विरोध करणं म्हणजे योग, हे मराठी सूत्र. आता या मूळ चार शब्दांच्या सूत्रावर भाष्यकार पानंच्या पानं भरून विवेचन करू शकतात; एवढा आशय एकेका सूत्रात असतो. अनुष्ठुभ वृत्तातल्या खालच्या ओळींत अशी शेकडो सूत्रं सापडतील. थोडक्यात, पुष्कळ ही अनुष्ठुभ् वृत्तीची स्पेशालिटीच आहे. दोन नमुने बघा.

महर्षी व्यासांनी अठरा पुराणं लिहिली. त्यात अक्षरश: हजारो श्लोक आहेत. त्यातून सार काढणं कठीण काम आहे. तरीही सूत्ररूपानं अठरा पुराणांचं सार काढलं; ते असं आहे.

अष्टादश पुराणेषु
व्यासस्य वचनद्वयम्
परोपकाराय पुण्याय
पापाय परपीडनम

'परोपकार म्हणजे पुण्य आणि परपीडा म्हणजे पाप' हे

त्याचं सूत्ररूप मराठी भाषांतर. आणखी एक श्लोक पाहा. हाही अनुष्टुभ वृत्तातलाच आहे.

श्लोकार्धेन प्रवक्ष्यामि
यदुक्तं ग्रंथकोटिभिः
ब्रह्म सत्यं जगन्मिथ्या
जीवो ब्रह्मैव नापरः

'एक कोटी ग्रंथांचं सार सूत्ररूपानं मी अर्ध्या श्लोकात सांगतो. ब्रह्म सत्य आहे. जग मिथ्या (खोटं) आहे. जीव आणि ब्रह्म एकच आहे, अलग नाहीत.' तीन ग्रेट मूलभूत तत्त्वं अवघ्या सोळा अक्षरांत म्हणजे अर्ध्या श्लोकात सांगितली आहेत.

'कोहम्' (मी कोण आहे?), 'तत्त्वमसि' तू ते (ब्रह्म) आहेस आणि 'सोहम' (मी तो आहे, म्हणजे मी ब्रह्ममय आहे). मी कोण आहे, हा मूढपणा गुरूनं 'तत्त्वमसि' असं सांगून घालविला तेव्हा ज्ञान प्राप्त झालेला शिष्य 'सोहम' तो मीच आहे, अशी आत्मानुभूती सांगू लागला. सूत्र म्हणजे थोडक्यात पुष्कळ.

इतका वेळ संस्कृत सूत्रं झाली. आता मराठीकडे वळू या. मराठी सूत्रं चक्क मराठी गद्य वाक्यंसुद्धा असू शकतात. कमीत कमी शब्दांत जास्तीत जास्त आशय व्यक्त झाला पाहिजे, हे सूत्राचं वैशिष्ट्य सांभाळलं पाहिजे. याचं एक उदाहरण देतो. यावरून मित्र म्हणाला, मराठीतसुद्धा गद्य सूत्र रचून सांगू शकशील काय? मी म्हणालो, ''होय.''

''तर मग—'' मित्र म्हणाला, ''असं एक मराठी सूत्र रचून सांग की, त्या सूत्राच्या कमीत कमी शब्दांत वैभव, पतिप्रेम, कामवासना, यातना, आनंद, वात्सल्य, मातृत्व, भक्ती, सदिच्छा आणि भविष्यकाळ हे सगळं आलं पाहिजे.''

''तू मला सूत्र तयार करायला सांगतोस की, एक कादंबरी लिहायला सांगतोयस?'' मी मित्राला विचारलं.

''कादंबरी नाही; सूत्रच!'' मित्र म्हणाला, ''तू लेखक आहेत, फुगवून फुगवून लिहायची तुम्हा मंडळींना सवय असते. म्हणून कमीत कमी शब्दांत सांगण्याचं आव्हान तू स्वीकारू शकशील काय? फार तर एका दिवसाची मुदत देतो. उद्या सूत्ररूपानं सांग.''

आव्हान स्वीकारणं भागच होतं. खूप विचार केला. हे इतकं लचांड सूत्ररूपानं सांगायचं आणि नंतर त्यावर सविस्तर विवेचन करायचं, म्हणजे एकंदरीत मला अडचणीत आणणारं प्रकरण होतं. रात्री झोपसुद्धा नीट येईना. शेवटी पहाटे साक्षात्कार झाला. मित्रानं सांगितलेलं सगळं काही ज्यात येईल, असं कमीत कमी शब्दाचं सूत्रमय वाक्य तयार केलं. ते असं आहे—

''राणी बाळंत होताना म्हणाली, परमेश्वरा, बाळाला सुखी ठेव.''

या आठ शब्दांच्या सूत्रात सगळंच्या सगळं आलं आहे. सकाळी मित्र आला. मी म्हणालो, ''सूत्र तयार केलं आहे.'' असं म्हणून वरील सूत्र सांगितलं.

''यात वैभव, पतिप्रेम वगैरे सर्व आलं पाहिजे. कुठं आहे ते दाखव—'' मित्र म्हणाला.

''क्रमानं सांगतो'', मी म्हणालो, ''राणी म्हटलं की वैभव आलंच. म्हणजे पहिली अट पूर्ण झाली. राणी बाळंत होत होती. यातील बाळंत या एकाच शब्दात पतिप्रेम ओघानंच आलं. ज्या अर्थी राणी बाळंत होत आहे, त्या अर्थी त्यामागं कामवासना असलीच पाहिजे. त्याशिवाय ती बाळंत कशी काय होणार? तिसरी गोष्ट यातना. बाळंत होताना यातना ह्या होणारच. चौथी गोष्ट आनंद. यातना होत असताना नेहमी दुःख होत असतं, परंतु बाळंतपणाच्या यातनांचं तसं नाही. कारण या यातनांतून अपत्यप्राप्ती होणार असते. म्हणून राणीला यातनांबरोबरच आनंदही होणं स्वाभाविक आहे. मातृत्वाचं सांगायचं म्हणजे, बाळंत झाल्या क्षणी तिला मातृत्व मिळणार आहे. वात्सल्यबद्दलही तेच. मूल जन्माला आलं की वात्सल्य आपोआप सुरू होतं. आता तुला भक्तीसुद्धा पाहिजे ना? तीसुद्धा या सूत्रबद्ध वाक्यात आहे. राणी म्हणाली, 'परमेश्वरा...' राणीनं परमेश्वराला हाक मारली. यातून तिची परमेश्वरभक्ती दिसून येते. भविष्यकाळ सांगण्यापूर्वी सदिच्छाविषयी सांगतो. राणी म्हणाली होती, 'बाळाला सुखी ठेव' ही सदिच्छाच आहे. आता भविष्यकाळ अदृश्यरूपानं आहे. कारण आता या क्षणाला राणी बाळंतपणाच्या अवस्थेत आहे. बाळ अजून जन्माला यायचं आहे. ते जन्माला आल्यावर त्याला सुखी ठेव.

''मित्रा, तुझ्या सगळ्या अटी पूर्ण केल्या की नाही बोल?'' मी म्हणालो.

''मानलं हं!'' कानांची खालची टोकं बोटांच्या चिमटीत धरून मित्र म्हणाला.

अशीच आणखी एक थोडक्यात पुष्कळ काही सांगणारी, पूर्वापार चालत आलेली कथा आहे. मूळ कथा एका वाक्याचीच आहे. कथेतला गाभा एकाच वाक्याचा आहे. तुम्हाला ऐकून माहीतच आहे की, देवाला प्रसन्न करून घ्यायचं असलं की, पूर्वी खूप वर्षं अरण्यात जाऊन तपश्चर्या करावी लागत असे. हल्ली तसली अरण्यंच कुठे राहिली आहेत? त्यामुळे शांतपणे बसून तपश्चर्या कुठं करता येते? त्यातून जिकडे-तिकडे ध्वनिप्रदूषण. त्यामुळे हल्ली तपश्चर्येच्या भानगडीतच कुणी पडत नाही. त्यापेक्षा रोख पाच-पंचवीस हजार रुपये वरच्या साहेबांना देऊन वरची पोस्ट मिळविणं सोपं. खूप तपश्चर्या केल्यावर पूर्वी देव प्रसन्न व्हायचा, नाही असं नाही. पण आल्या-आल्याच लगेच परत जायचीच कोणत्याही देवाला घाई असते. तो प्रसन्न झाल्यावर फक्त दोन शब्द बोलतो, 'वरं ब्रूहि'! इथंही कंजूषपणा

आहे. कोणताही देव प्रसन्न झाल्यावर, 'वराणि ब्रूहि' असं कधीही म्हणत नाही. याचा व्याकरणशुद्ध अर्थ असा की, 'हे वत्सा, हे भक्ता, तू फक्त एकच वर माग. मी तुझ्या तपश्चर्येनं प्रसन्न झालो आहे.' एवढा मोठा देव प्रसन्न होऊन फक्त एकच वर देतो; म्हणजे काय प्रकार आहे? त्यामुळे भक्तांची तारांबळ उडते. तो घाईघाईनं कसला तरी वर मागून मोकळा होतो. 'मला प्रमोशन मिळू दे', असंसुद्धा बोलून जातो.

परंतु, थोडक्यात पुष्कळ तंत्राचा वापर करून जर देवाकडे वर मागितला तर, बरंच काही पदरात पाडून घेता येतं. एक मात्र आहे— वर मागणारा भक्त एक नंबरचा बेरकी असला पाहिजे. त्यानं मागितलेल्या एकाच वरामध्ये अशा काही खुंट्या मारून ठेवलेल्या असतात की, देवसुद्धा चक्रावून जातो. म्हटलं तर तो एकच वर असतो; पण देवाला त्यामागचं लटांबर स्वच्छ दिसतं. बोलून काही उपयोग नसतो. देवच अडचणीत येतो.

एकदा असंच झालं. एका गरीब माणसानं तपश्चर्या सुरू केली. कालांतरानं देव प्रसन्न झाला. प्रसन्न झाल्याबरोबर लगेच त्या गरीब माणसाला म्हणाला, ''वत्सा, वरं ब्रूहि।'' त्या गरीब माणसानं एकुलता एक वर मागितला की, ''तथास्तु'' म्हणायचं आणि लगेच अंतर्धान पावायचं, असं ठरवूनच देव अवतीर्ण झाला होता. ''देवा, तू फक्त एकच वर देणार आहेस. मला क्षणभर विचार तरी करू दे.'' त्या गरीब बिचाऱ्या भक्तानं देवाला नम्रपणे म्हटलं, ''देवा, एकच वर दे. माझ्यापासून सुरू होणाऱ्या माझ्या राजघराण्याच्या सिंहासनावर राजा म्हणून विराजमान असणाऱ्या माझ्या खापरपणातून मला विमानानं जगप्रवास घडवून आणल्यावर आणखी पन्नास वर्षांचं दीर्घायुष्य दे!''

''हुश्श!'' देवानं कपाळावरचा घाम टिपला. भक्त किती एक नंबरचा चाप्टर, त्याच नंबरचा चारशे वीस आणि सेम नंबरचा बदमाष आहे, याची देवाला प्रचीती आली. पृथ्वीवरची माणसं किती महाचालू झाली आहेत, याची खात्री पटली. असला आशीर्वाद, असला वर द्यायचा की नाही याचा देव विचार करू लागला परंतु प्रसन्न होऊन 'वरं ब्रूहि' असं म्हटलं की लगेच 'तथास्तु' म्हणायची, सर्व देवांची फार जुनी प्रथा आहे. केवळ ती प्रथा मोडायची नाही, म्हणून देव नाइलाजाने 'तथास्तु' म्हणाला आणि अंतर्धान पावला.

'थोडक्यात पुष्कळ'चं हे अफलातून उदाहरण आहे. 'मला त्यानंतर पन्नास वर्षांचं दीर्घायुरारोग्य दे' हाच जणू वर आहे, असं त्यानं भासवून त्या वरामागं काय काय पदरात पाडून घेतलं बघा. सर्वांत प्रथम तो राजा झाला. त्याला मुलगा, नातू, पणतू झाले. पणतूचा मुलगा म्हणजे खापरपणतू. तो वंशपरा चालू असलेल्या

राजसिंहासनावर राजा म्हणून असणार आणि खापरपणतू राजा या सध्याच्या गरीब माणसाला विमानानं जगप्रवास घडवून आणणार आणि त्यानंतर त्याला आणखी पन्नास वर्षांचं दीर्घायुरारोग्य लाभणार. (अरे चोरा! भलताच चालू दिसतोस की!) पृथ्वीवरची माणसं अशी चाप्टरगिरी, चारशेवीसगिरी करू लागल्यामुळेच समस्त देवमंडळींनी पृथ्वीवरचं येणं-जाणंच बंद करून टाकलं.

■

१७)
एक तरी वार्ता अनुभवावी

ज्ञानेश्वरीची श्रेष्ठता सांगताना संत नामदेव म्हणतात, 'नामा म्हणे ग्रंथ श्रेष्ठ ज्ञानेश्वरी, एक तरी ओवी अनुभवावी.' ज्ञानेश्वरीमधील निदान एक तरी ओवी दररोज अनुभवावी. एकेक ओवी म्हणजे एकेक महान अनुभव आहे. एकेका ओवीवर विचार केला तर तो दिवस संपेल. संत ज्ञानेश्वर, संत नामदेव आदी महान संत मागेच होऊन गेले. एक तरी ओवी अनुभवावी, हे दिवसही मागे पडले आहेत. सध्याची अनुभवाची क्षेत्रं निराळी आहेत. हल्ली, 'नित्य एक मॅच अनुभवावी' (टीव्हीवरील क्रिकेटची), 'नित्य एक फिल्म अनुभवावी' (इथंही मु. पो. टीव्ही), 'नित्य एक सिरियल अनुभवावी' (डिट्टो.) असे दिवस आले आहेत.

नित्य अनुभवाव्यात अशा अनेक नवनवीन गोष्टी घडत आहेत. पूर्वी किती तरी गोष्टी कधी तरी, कुठं तरी घडत असत. आजूबाजूच्या लोकांशिवाय त्या कुणाला कळतही नसत. बाईकडे जाणं, मद्यपान करायला जाणं, तमाशा बघायला जाणं म्हणजे अतिशय पाप मानलं जात असे. सभ्य झाला तरी, सभ्य माणूससुद्धा शेवटी माणूसच असतो. मानवी स्वभावास अनुसरून त्यालाही या तीन गोष्टी कधी तरी कराव्याशा वाटत असत. अशा त्या काळातली सभ्य माणसं अंधार पडल्यावर चोरपावलांनी दबकत-दबकत, उपरणं डोक्यावरून पांघरून त्याच उपरण्यानं तोंड लपवून त्या-त्या इष्ट स्थळी जात असत. दारूच्या गुत्त्यात गेले, तर त्या पेयाला बेवडा न म्हणता सोमरस असं वैदिक

नाव देऊन ते पेय प्राशन करत असत. तसं केलं म्हणजे पवित्र वाटे. याशिवाय मनुस्मृतीतलं, 'मद्यपाने न दोष:' हे वचन आठवल्यावर तर आणखीच दिलासा मिळत असे.

हिरव्या माडीवरील बाईकडे जातानाही सभ्य माणसं त्या बाईकडे तसली बाई या नात्यानं पाहत नसत. ही बाई मातेसमान—स्वत:च्या मुलांच्या—आहे, असं समजत असत. 'आमच्या मुलांच्या माँसाहेब अशाच सुंदर असत्या तर आमची मुलंही सुंदर झाली असती,' असे उदात्त उद्गार काढल्यावर बरं वाटत असे. इथंही मनुस्मृती मदतीला येते. 'मैथुने न दोष:' असंही मनूनं सांगून ठेवलं आहे. (न मांसभक्षणे दोषो मद्यपान न मैथुने.) मटण खायलाही मनूची परवानगी होती. याच श्लोकात मनूनं असंही सांगितलं आहे की, 'प्रवृत्तिरेषा भूतानां, विमुक्तिस्तु महाफला' हे असं वागणं (बाई, बाटली, मटण) ही माणसाची सहजप्रवृत्ती आहे; परंतु त्यातून मुक्त होणं, हे खरं महत्त्वाचं आहे. असो.

नित्य काही तरी अनुभवावे, याला हल्ली निराळंच वळण मिळालं आहे. सध्याचा काळ हा वृत्तपत्राचा काळ आहे. काहीही घडलं की, ते वृत्तपत्रात छापून येतं आणि त्याचं कायम रेकॉर्ड राहतं. रेडिओचं आणि टीव्हीचं तसं नाही. या दोन माध्यमांतून काहीही ऐकलं किंवा पाहिलं तरी ते सगळं त्या क्षणीच वाऱ्यावर विरून जातं. फार तर काही काळ लक्षात राहतं. वृत्तपत्राचं तसं नसतं. वृत्तपत्रातली बातमी म्हणजे चिरकाल टिकणारा जणू 'कागदी शिलालेखच!' चिरकाल टिकणाऱ्या गोष्टीबद्दल, 'ही काळ्या दगडावरची रेघ आहे' म्हटलं जातं. वृत्तपत्रांच्या बाबतीत रंग बदलून, 'ही पांढऱ्या कागदावरची रेघ आहे,' असं म्हणावं लागेल. अशा या 'कागदी शिलालेखात रोज काही बाही नवीन नवीन छापून येत असते. रोज कुणाचं तरी नाव आणि त्याची भानगड छापून येत असते. रोज नवीन वार्ता, नित्य नवीन वार्ता म्हणून तर नित्य 'एक तरी वार्ता अनुभवावी,' असं म्हणावं लागतं. इथं अनुभवावी याचा अर्थ आपण ती भानगड अनुभवावी असा नसून, त्या भानगडीची वार्ता फक्त वाचण्याचा अनुभव घ्यावा, असा आहे.

आपले लोकप्रतिनिधी, प्रशासकीय अधिकारी, आरक्षक खात्यातली 'खा की' हा आदेश 'खाकी' रंगाच्या गणवेषातून कृतीत आणणारी मंडळी, बँकांचे उच्चपदस्थ अधिकारी, कामगार संघटनांचे नेते, शिक्षणक्षेत्रातले व्यावसायिक (प्राकृत शब्द : धंदेवाईक) मंडळी, परीक्षा मंडळातले थोर पुरुष, महामंडळातले महापुरुष, बिल्डर्स, इंजिनिअर्स, प्रोफेसर्स, नगरसेवक (अर्धा-पाऊण किलो वजनाचे सोन्याचे दागिने घालून मिरविणाऱ्या नगरसेविका यात अंतर्भूत आहेत.), व्यापारी, कारखानदार, गिरणी-मालक, मोठमोठे जमीनदार आणि आणखी कित्येक महापुरुष वर्तमानपत्रांतून

नित्य गाजत असतात. सध्या या मंडळींच्या बातम्यांशिवाय वर्तमानपत्राचे पान हलत नाही. (चाल : त्याच्या सांगण्यावाचून पान हलत नाही.) असल्या बातम्या आहेत म्हणून वर्तमानपत्रांना पानं भरून काढणं अजिबात कठीण जात नाही. टेलिप्रिंटर असल्या बातम्या भरभरून देत असतो.

बोफोर्सपासूनच सुरू करू या. सुमारे बारा वर्षांपूर्वी बोफोर्सच्या तोफा चौदाशे कोटी रुपये खर्चून विकत घेण्यात आल्या होत्या. त्या वेळी कुणाला (कुणाकुणाला हा शब्दही चालेल) दलाली दिली. दलालीच्या चौसष्ट कोटी रुपयांचे भागीदार कोण कोण आहेत याचा गदारोळ सुरू झाला. त्या वेळी, 'एक तरी वार्ता अनुभवावी' याचा अनुभव सर्वसामान्य जनता रोज घेत होती. त्यानंतर तब्बल दहा वर्षांनी पुन्हा बोफोर्स तोफा हे प्रकरण गर्जू लागलं. त्याआधी काही काळ जर्मन पाणबुडीच्या वार्ता लोक अनुभवत होते. त्याही आधी जीप खरेदी प्रकरणाच्या वार्ता जनता अनुभवत होती. वार्ता गाजतात, गाजतात आणि दुसरी वार्ता आली की आधीची गाजलेली वार्ता मागे पडते. मग लोक 'एक तरी वार्ता (नित्य) अनुभवावी' यास अनुसरून नवी वार्ता अनुभवतात.

हल्ली हर्षद मेहता गाजले तसे नेहरूंच्या काळात मुंदडा प्रकरण गाजलं. त्या काळातले वाचक मुंदडा-वार्ता नित्य अनुभवत होते. मुंदडानं त्या काळात बड्याबड्यांची ऐशी की तैशी केली होती. नेहमी कसल्या ना कसल्या वार्ता अनुभवायला मिळत असतात. इंदिरा गांधींच्या काळात फोनवरून 'कुणी तरी' सांगितलं आणि साठ लाख रुपये दिले गेले. मधल्यामधे नगरवालांचा बळी गेला. ही वार्ताही लोकांनी अनुभवली. प्रत्येक वार्ता त्या-त्या काळात खूप गाजते आणि नंतर ती हळूहळू पुसट-पुसट होत जाते. बोफोर्सचंच बघा ना— दहा वर्षांपूर्वी ही वार्ता, संपूर्ण देश आणि राजकारण व्यापून होती. परंतु नंतर ती पुसट होत गेली. पुन्हा त्या वार्तेमध्ये कागदपत्रांचे नवीन सेल टाकल्याबरोबर बोफोर्स वार्ता पुन्हा झळकू लागली.

गेल्या पाच वर्षांत तर असल्या वार्तांची बहुत मांदियाळी झाली. रोज एक वार्ता अनुभवावी, अशी वार्तांची भाऊगर्दी झाली. प्रत्येक वार्ता नंबर लावून रांगेत उभी होती. त्यात नंबर मारला हर्षदा मेहतानं. थोडा-थोडका नाही, तर पाच हजार कोटी रुपयांचा शेअर घोटाळा करून तो वार्तासम्राट झाला होता. ही एकच वार्ता आपण त्या वेळी अनुभवत होतो. याच संदर्भात आणखी एक वार्ता अनुभवायला मिळाली. पी. व्ही. नरसिंह रावांची कृपादृष्टी असावी म्हणून एका मेगा बॅगेत एक कोटी रुपयांच्या नोटा ठासून भरून ती बॅग हर्षद मेहतानं रावांना दिली. कुणी तरी फालतू शंका काढली की, एका बॅगेत एक कोटी रुपये कसे काय मावले? (कारण ऑफिसला जायच्या त्याच्या बॅगेत लंचबॉक्ससुद्धा मारून-मुटकून बसवावी लागत

असे.)

कल्पनाथ राय यांनी काही दिवस 'साजरे' केले. कोट्यवधी रुपयांचा साखर-घोटाळा कल्पनाथ राय यांनी करून ठेवला होता. त्या वार्तेमुळे वर्तमानपत्रांची बऱ्याच दिवसांची सोय झाली. एक तरी वार्ता अनुभवावी, यास अनुसरून लोक ही बातमी अनुभवत होते. मधेच एके दिवशी जैन-डायरीतील हवाला प्रकरण आलं. हा आणखी नवीन वार्ता-अनुभव. त्या डायरीमुळे भल्याभल्यांच्या खुर्च्या गेल्या. ते वनवासी झाले. हे सगळं पी. व्ही. नरसिंह रावांनी केलं, असं म्हटलं जाऊ लागलं. राव तेवढे हवालातून सुटले होते... बाकीचे हवालदिल झाले. काही दिवस या वार्तेचा अनुभव संपूर्ण देश घेत होता.

पुढं-पुढं प्रत्येक दिवस स्वत: होऊनच एक-एक वार्ता घेऊन उगवू लागला. मधेच लखुभाई पाठक मिठाईवाले आले आणि त्यांनी डायरेक्ट नरसिंह रावांना अडकवलं. हवालातून सुटले आणि लखुभाईत अडकले. त्यांचे नातेवाईक युरिया खताच्या भानगडीत सापडले. एक तरी वार्ता अनुभवावी, यात खंड पडत नव्हता. लालुप्रसाद यादव याचं नाव कोट्यवधी रुपयांच्या पशुखाद्य भानगडीत घेतलं जाऊ लागलं. दिवस सुना जातो की काय, असं वाटतं न वाटतं तोच दूरसंचारमंत्री सुखराम काही कोटींच्या कचाट्यात सापडले. आपल्याकडून खाडा व्हायला नको म्हणून पुढल्या एका दिवसानं जाफर शरीफची वार्ता प्रसिद्ध केली. यामुळे एक तरी वार्ता अनुभवावी, हे अखंड सुरू राहिलं. पुढला दिवस सीताराम केसरींनं घेतला. मधेच एक दिवस जयललितानं गाजविला. रामलखन यादवांनी एक दिवस हजेरी लावली. देशातल्या 'कर्तबगार' महापुरुषांनी एकाही दिवस भाकड जाऊ दिला नाही. म्हणून तर, दररोज 'एक तरी वार्ता अनुभवावी' याचा प्रत्यय येतो.

■

१८)
पक्ष-उपपक्षांची मांदियाळी

सर्वांत अप्रतिम लोकशाही कुठं रुजली असेल, तर ती आपल्या भारतवर्षात. इंग्लंडमध्ये सहाशे की सातशे वर्षे (मॅग्नाचार्टापासून) लोकशाही टिकून आहे. परंतु इंग्लंडमध्ये उणेपुरे पाचसुद्धा राजकीय पक्ष नाहीत. कॉंझर्व्हेटिव्ह, टोरी, लिबरल, लेबर वगैरे. पुष्कळ पक्ष किंवा आठवड्याला नवा पक्ष हे कर्तृत्व इंग्लंडला सातशे वर्षे होऊन गेली, तरी जमलं नाही, हे आपणास माहीत आहे. त्या मानाने पाहता, स्वातंत्र्य मिळाल्यावर आपल्या देशानं राजकीय पक्षांच्या संख्येचा जागतिक विक्रम केला आहे. अमेरिका (यू. एस. ए.) एवढा समृद्ध देश; तिथं तर रिपब्लिकन आणि डेमोक्रॅटिक असे फक्त दोनच राजकीय पक्ष आहेत. काय हा पोलिटिकल कंजूषपणा! अमेरिकेसारख्या श्रीमंत राष्ट्राला पाच-पन्नास राजकीय पक्ष काढणे सहज शक्य आहे. परंतु, आपल्या देशात लोकशाही जशी झपाट्यानं विकसित झाली आहे, तशी अजूनही इंग्लंड आणि अमेरिकेत झाली नाही. यावरून आपल्या देशातली नेतेमंडळी लोकशाहीची किती प्रखर समर्थक आहेत, याची कल्पना येते. हल्ली तर आपल्या देशात 'लोकशाही'चा अक्षरश: सुकाळू झाला आहे.

आपल्या देशातल्या लोकशाहीला अनेक पैलू आहेत. इतके पैलू कोहिनूर हिऱ्यालासुद्धा नसतील. (हे आपलं अंदाजानं सांगितलं. कोहिनूर हिऱ्याला खरोखर किती पैलू आहेत हे मलाच काय परंतु, 'हा मी ताडकन् विमानानं लंडनला जातो आणि कोहिनूर हिरा घेऊन येतो,' असं महाराष्ट्राचे मुख्यमंत्री

असताना म्हटलं होतं, त्या ए. आर. अंतुले यांना तरी माहीत आहे काय?) आपली लोकशाही अष्टपैलू नाही, तर शतपैलू आहे. एकेक पैलू म्हणजे एकेक राजकीय पक्ष. असे इतके राजकीय पक्ष आहेत की, एकत्रितपणे ते फक्त निर्वाचन आयुक्तांनाच माहीत. आणखी म्हणजे, परमेश्वर सर्वज्ञ असल्यामुळे त्यालाही माहीत असणार. सर्वसाधारण नागरिकांना, मतदारांना ठळक-ठळक असे फार तर दहा-बारा पक्ष माहीत असतील. पण तसं नाही. दिवसेंदिवस इतके राजकीय पक्ष वाढत आहेत की, भविष्यकाळात अशी एक वेळ येईल की, राजकीय पक्षांची संख्या जास्त आणि मतदारांची संख्या कमी. कारण 'जो तो पक्षचि काढतो!' प्रत्यक्षातले सर्वच पक्ष बेंबीच्या देठापासून ओरडून लोकशाहीचा पुरस्कार करतात. त्यामुळे मतदारांची पंचाईत होते. या लोकशाहीला मत देऊ की, त्या लोकशाहीला मत देऊ, असा संभ्रम निर्माण होईल. नमुन्यासाठी लोकशाहीचा पुरस्कार करणारे काही राजकीय पक्ष पाहू.

हा डाव्या विचारसरणीचा लोकशाही पक्ष आहे. मार्क्सवादाला अगदी चिकटून आहे. आपल्याच पक्षामुळे संपूर्ण देशाचं कोटकल्याण होणार आहे आणि दुसऱ्या कोणत्याही पक्षामुळे देश दारिद्र्याच्या खोल दरीत पडणार आहे, असं या पक्षाचं म्हणणं आहे. हे मत पटवून देण्यासाठी या पक्षाकडे शुभ्र दाढी असलेला स्वयंघोषित चाणक्यही आहे. मूठभर फौजेनिशी हा पक्ष सतत आपण कुणीतरी ग्रेट आहोत, असं मानत असतो. आघाडीचं सरकार केंद्रात यायची वेळ आली की, तत्त्वनिष्ठेचा देखावा करीत हा पक्ष कोलदांडा घालत राहतो. मर्यादित भौगोलिक क्षेत्रातच अजूनही आहे, विस्तार काही होत नाही, पक्ष वाढतही नाही आणि मर्यादित क्षेत्रात फारसा कमीही होत नाही— असा हा पक्ष आहे.

यातच आणखी एक पक्ष आहे. विचारसरणी डावी, पण हा पक्ष डाव्यातला उजवा पक्ष आहे. म्हणजे थोडासा कमी सोवळा आहे. वैष्णवांचं सोवळं फार कडक मानलं जातं आणि स्मार्तांचं त्या मानानं कमी मानलं जातं. तसलाच प्रकार आहे. सोवळ्याच्या जुन्या संकल्पना जाऊन हल्लीचं डाव्या विचारसरणीचं नवीन सोवळं आलं आहे. सोवळं ही संकल्पना आजही आहे. फक्त तपशिलात फरक झाला. व्याख्येत बदल झाला. डाव्या आणि उजव्या विचारसरणीला अजूनही बाळसं नीट आलं नाही. मूळ देशात ती विचारसरणी जन्मून दिवंगतही झाली, तरीही या देशात अजूनही खुरटलेल्या अवस्थेतच आहे.

समाजवादी पक्ष या नावाची एक विचारसरणी आहे. समाजवादी म्हणविणाऱ्या पक्षाचं वैशिष्ट्य म्हणजे, या पक्षात सगळेच पुढारी असतात. अनुयायी कुणीही नसतो. अनुयायी व्हायच्या लायकीचे लोक इतर पक्षात जातात. या पक्षात 'जो तो

बुद्धीचं सांगतो,' असे उच्च प्रतीचे लोक असतात. नाना प्रकारच्या सैद्धांतिक चर्चा, वैचारिक परिसंवाद, अर्थशास्त्रीय मीमांसा, समाजशास्त्रीय चिकित्सा आणि धर्मनिरपेक्षतेचं विश्लेषण अशा पाच प्रकारच्या मौखिक कार्यक्रमांत ही मंडळी मग्न असतात. निवडणुकीत पडल्यावरही चर्चा, चिकित्साच सुरू. 'त्यांचा अनैतिक विजय आणि आपला नैतिक पराभव' किंवा 'आपला पराभव हा पराभव नसून नैतिक विजय कसा आहे,' याचं मायक्रो-ॲनालिसिस ही मंडळी करतात. पराभवापेक्षा पराभवाच्या चर्चेत त्यांना विशेष रस असतो. एकेकाचा छंद! दुसरं काय? एकाच मतदारसंघातून तीनदा पराभव झाला, तरी चौथ्यांदा पराभव होण्यापूर्वी पराभवांची मूलगामी चिकित्सा आणि तात्त्विक चर्चा आधी उरकून घेतात. त्यामुळे म्हणजे चर्चाप्रियतेमुळे या पक्षाला आपल्या पक्षाच्या नावाचं लेबल लावून कोणत्याही राज्यात सत्ता स्थापन करता आली नाही. त्याचं दुःखही नाही, असा हा पक्ष आहे.

घराणे पक्ष हा एक चिवट पक्ष आहे. वयोवृद्ध होऊनही केवळ मतदारांच्या (अंध?) श्रद्धेवर हा पक्ष अस्तित्वात आहे. या पक्षातील नेत्यांत इतके फरक होत गेले, चाली बदलत गेल्या की, या पक्षाच्या नावाच्या स्पेलिंगमधील अक्षराशिवाय मूळचं असं फारसं काही राहिलं नाही. काहीही चालतं, कुणीही चालतं, असं सध्याचं धोरण असावं, असं जाणवतं. मतदार या देशातल्या कोट्यवधी महिला आणि पंतप्रधान त्या देशातली महिला. 'हे पटत नाही' (सद्सद्विवेकबुद्धीला हे दोन शब्द होते, असं गृहीत धरा), म्हणून राष्ट्रीय बाण्यानं बाहेर पडून प्रखर राष्ट्रतेजानं तळपणारे, 'सत्ता आली रे अंगणी,' असं दिसताच पुन्हा सांधले गेले. त्यांच्या दृष्टीने परमेश्वर आणि खुर्ची या दोनच सुप्रीम गोष्टी आहेत. हा पक्ष धर्मनिरपेक्षतेचा आरडाओरडाही करत असतो. हळूच आपापल्या कुलदेवतांचं दर्शन घेऊन आशीर्वाद मागतो आणि परमेश्वराचं अस्तित्व मानत नाही. मग दोनपैकी एक सुप्रीम गोष्ट रद्द केल्यावर राहता राहिली सुप्रीम खुर्ची. या खुर्चीसाठी वाटेल ती तडजोड, हे या पक्षाचं व्यवच्छेदक लक्षण असेल काय, असं वाटतं.

राज्यात तर राज्यात (केंद्रात नव्हे) खुर्ची मिळाली. खूष! प्रादेशिक पक्ष पुष्कळ आहेत. या पक्षांचे गेली काही वर्षे सगळे ग्रह अनुकूल आहेत. कोणताही ग्रह वक्रीचा नाही. कारण हे पक्षच वक्रीच्या ग्रहाची भूमिका घेऊन केंद्र सरकारच्या बोकांडी बसतात. पंतप्रधानांनी कितीही ग्रहशांती केली तरी ते वक्रीच राहतात. शेवटी 'केंद्रा'ची साडेसाती संपल्यावर केंद्र सरकारला बरे दिवस येतात. प्रादेशिक पक्ष चक्क नाना प्रकारची सौदेबाजी करून सत्तेत सामील होतात आणि सतत 'काढून घेऊ का पाठिंबा' अशी धमकी देऊन मुख्य घटक पक्षाला वैताग आणतात. प्रादेशिक पक्षांकडे त्यांची न्यूसन्स व्हॅल्यू (उपद्रव मूल्य) चांगलीच नजरेत भरण्यासारखी

आहे. समर्थ सरकार स्थापन होईपर्यंत प्रादेशिक पक्षांची आणि फुटकळ अपक्ष लोकप्रतिनिधींची चंगळच चंगळ आहे.

'फुटून- नवा पक्ष' हीही आपल्या लोकाशाहीची स्पेशालिटी आहे. फुटून नवा पक्ष पद्धतीचे फुटकळ पक्ष पुष्कळ आहेत. निवडणुकीचं तिकीट पक्षश्रेष्ठींनी नाही दिलं की, लगेच नवीन पक्षाची घोषणा आणि स्थापना होते. गाव, तालुका-फार तर जिल्ह्याचा साधारण अर्धा भाग एवढ्या भौगालिक परिसरात हा 'फुट'कळ पुढारी, ''लोकशाहीच्या मूल्यांची जपणूक करण्यासाठी मी हा नवीन पक्ष स्थापन करीत आहे. केंद्रात (केवढी मोठी झेप) आमच्या पक्षाचं सरकार आल्यावर, लोकशाहीची मूल्यं सुरक्षित ठेवण्याचं काम आमचं सरकार करणार आहे,'' असं जाहीर करून जे काही विळा, भोपळा, चमचा चिन्ह मिळालं असेल; त्यावर शिक्का मारा म्हणून सांगतो. पण मतदारांनाच खऱ्या लोकशाहीची मूल्यं जपण्यात रस नसल्यामुळे तो निवडणुकीत पडतो आणि डिपॉझिट कैलासवासी होतं. एवढं झाल्यावर व्यक्ती म्हणून आपलं मूल्य काय याचा साक्षात्कार त्याला होतो.

याशिवाय, धर्मनिरपेक्ष पक्ष, तळगाळ उद्धार पक्ष, तळ्यात-मळ्यात पक्ष, कुंपण बैठक पक्ष, भाषिक पक्ष, गुपचूप जातीय पक्ष, अल्पसंख्याक रक्षण पक्ष, लोककल्याण पक्ष, राष्ट्रकल्याण पक्ष... काय काय म्हणून सांगावं? सगळे पक्ष निवडणुकीला उभे राहिले म्हणजे त्यांना 'चिन्हं' काय काय द्यावीत, या प्रश्नानं निर्वाचन आयुक्त मेटाकुटीला येतात. अशी पक्षांची मांदियाळी!

■

१९)
नवनवीन शब्द

आपल्याला माहीत असलेल्या भाषांपैकी दोन भाषा अशा आहेत की, त्या भाषेत एका शब्दापासून त्या अनुषंगानं बरेच शब्द तयार करता येतात. कृ या संस्कृत शब्दापासून (कृ म्हणजे करणं, हा अर्थ आहे तसा ठेवून) कृती, कृत, कर्तव्य, करणीय, करिण्यमाण, कर्ता वगैरे शब्द तयार करता येतात. गम् - (गच्छ) म्हणजे जाणे यापासून गती, गत, गंतव्य वगैरे शब्द तयार करता येतात. आ, वि, उप, अभि, अधि वगैरे उपसर्ग लावून मूळ धातूचा अर्थ बदलता येतो. (उपसर्गेण धात्वर्थो बलादन्यत्र नीयते) हे जसं संस्कृत भाषेत आहे, तसंच इंग्लिश भाषेतही आहे. ग्लोबल, ग्लोबलाईज्, ग्लोबलायझेशन वगैरे शब्द निर्माण करण्याची सोय असते. कोड या शब्दापासून कोडेड, एनकोड, डिकोड, कोडिफाय वगैरे शब्द निर्माण करता येतात.

मराठीतही तशी सोय आहे. पण त्या मानानं कमी आहे. नामावरून क्रियापदं तयार करता येतात किंवा क्रियापदावरून नाम तयार करता येतं. माळ म्हणजे फुलांचा हार, गजरा वगैरे. हा गजरा केसांत बांधणं या अर्थी 'माळणं' हे क्रियापद रूढ आहे. त्याच धर्तीवर नवीन शब्द तयार करता येतील. तसा प्रयत्न करत आहे. बिल या अर्थी 'देयक' हा शब्द रूढ झाला आहे. डिटर्जंट या अर्थी 'स्वच्छक' हा शब्द रूढ होऊ पाहत आहे. व्हाइटनर या अर्थी याच चालीवर 'शुभ्रक' असा नवीन शब्द तयार करायला काय हरकत आहे?

इंग्लिशमधला तिकीट हा शब्द आपण अनेक ठिकाणी वापरतो. प्रवासाचं तिकीटच, नाटक-सिनेमाचं तिकीटच, पोस्टाचं तिकीटच, निवडणुकीला उभं राहण्याचं तिकीटच, परीक्षास्थानी प्रवेश करण्याचं हॉल-तिकीटच. खरं म्हणजे, प्रत्येक ठिकाणी निराळा शब्द वापरला पाहिजे. नाटक-चित्रपटगृहांमध्ये प्रवेश करण्यासाठी जे तिकीट लागतं, त्याला 'प्रवेशिका' असं म्हणावं. प्रवास करण्यासाठी जे तिकीट लागतं, त्याला 'प्रवासिका' असं म्हणावं. निवडणुकीकरता उभे राहाण्याची इच्छा करणाऱ्याला 'उभेच्छुक' असं म्हणावं. त्याला द्यायच्या तिकिटाला 'इच्छुकिता' असा नवीन शब्द तयार करावा. सुरुवातीला शुक्शुक् म्हटल्यासारखं वाटेल, पण पुढं हा शब्द चांगला रुळेल. जरा वाढविला तर 'इच्छुकिकेच्छू' असा शब्दही तयार होईल. परीक्षेच्या हॉलमध्ये प्रवेश करण्यासाठी विद्यार्थ्यांकडे जे असावं लागतं, त्याला हॉल-तिकीट म्हणतात. त्याला 'परीक्षिका' हा शब्द तयार करावा. परीक्षिका म्हणजे परीक्षेला बसणाऱ्या विद्यार्थ्यांला परीक्षेच्या हॉलमध्ये प्रवेश करण्यासाठी जे प्रवेशपत्र असते, त्याला 'परीक्षिका' म्हणावं, असा सविस्तर अर्थ त्याला कायमचा चिकटवून टाकावा. रूढ होईपर्यंत घोळ होईल, पण पुढं पक्का लक्षात राहील. आता राहिलं पोस्टाचं तिकीट. त्याला मूळ शब्द स्टँप आहे. स्टँप म्हणजे मुद्रा. पोस्टाच्या तिकिटांवर कसल्या न कसल्या चित्रांच्या मुद्रा असतात. म्हणून पोस्टाच्या तिकिटाला 'मुद्रिका' असं म्हणावं. तिकीट या अर्थी बघता-बघता प्रवेशिका, प्रवासिका, इच्छुकिता, परीक्षिका आणि मुद्रिका असे पाच स्वतंत्र शब्द तयार झाले. तिकीट या एकाच शब्दावर आपण पाच ठिकाणचा भार टाकला होता, तो नाहीसा होईल. हे पाच शब्द रुळले की, त्या-त्या शब्दाला एकच एक नक्की अर्थ प्राप्त होईल. तिकीट म्हणजे कसलं (कसलं) तिकीट, हा घोळ राहणार नाही. 'परीक्षिका' म्हटलं की, परीक्षेच्या हॉलमध्ये प्रवेश करण्यासाठी लागणारं तिकीट, हे पक्कं ठरून जाईल. या शब्दाच्या डोक्यावर दुसरा कोणताही अर्थ लादला जाणार नाही.

एखाद्या वस्तूचं जे कार्य असतं, त्याच आशयाचं नाव त्या वस्तूला द्यावं. उदाहरणार्थ, घरातला केर भरण्यासाठी सुपाचा आकार असलेलं, छोटं सूपच म्हणा ना, एक वस्तू वापरली जाते. जास्त म्हणजे त्याला धरण्यासाठी मूठ असते. अशा या प्लॅस्टिकच्या वस्तूला 'केरभरणं' म्हणावं. 'लाटणं', 'गाळणं' तसंच हे 'केरभरणं' सहज रूढ होईल.

'कानवळणी' हा एक नवीन शब्द सुचवतो. एखादी गोष्ट नेहमी-नेहमी केली म्हणजे ती अंगवळणी पडते. अंगवळणी हा शब्द आपल्या चांगला परिचयाचा आहे. त्याच चालीवर नेहमी-नेहमी कानांवर येणाऱ्या (किंवा पडणाऱ्या) गोष्टींच्या संदर्भात 'कानवळणी' हा शब्द वापरावा. "ठराविक बडबड आता कानवळणी

पडली आहे'', असा वापर करावा.

एखाद्यानं बरेच प्रयोग केले किंवा बरीच यंत्रं कामानिमित्त वापरली, तेव्हा आपण 'हाताळणं' हा शब्द वापरतो. याच पद्धतीनं, बराच प्रदेश पायाखाली घातल्यावर त्यासंबंधी 'पायाळणं' हा शब्द सुचवत आहे. ''निरनिराळे किल्ले पाहण्याच्या निमित्ताने त्यानं महाराष्ट्रातला बराच प्रदेश 'पायाळला' आहे,'' असा वाक्यात उपयोग करता येईल. धावण्यात निष्णात असलेला जर धावपटू होऊ शकतो, तर दररोज खूप चालणाऱ्या पोस्टमनला 'पायपटू' किंवा 'चालपटू' असा नवीन शब्द वापरायला सुरुवात करावी. हळूहळू रुळतील. ऊठसूट झोपणाऱ्या माणसाला आपण 'झोपाळू' असं म्हणतो. खोटी मनोराज्यं रचून त्यातच गुंग होणाऱ्या माणसाला आपण 'स्वप्नाळू' असं म्हणतो. माया करणाऱ्या माणसाला 'मायाळू' म्हणतात. कृपावंताला 'कृपाळू' म्हणतात. कणव येणाऱ्याला 'कनवाळू' म्हणतात. श्रद्धा बाळगणाऱ्याला 'श्रद्धाळू' म्हणतात. मराठीमधे अळू-युक्त शब्दांची संख्या भरपूर आहे. ही 'अळू'ची लागवड आणखीही वाढविता येईल. सतत चहा पिणाऱ्याला 'चहाळू' म्हणावं. खूप जर्दा खाणाऱ्या माणसाला 'जर्दाळू' म्हणावं. (खायचा जरदाळू - ज र दा ळू असा लिहावा) आणि तंबाखूयुक्त हा शब्द 'जर्दाळू' असा लिहावा. नेहमी पन्नास टक्केच (स्वतःचे पन्नास) एकतर्फी प्रेम करणाऱ्या उपाशी प्रेमवीराला 'प्रेमाळू' म्हणावं. हा शब्द, प्रेम नाही जमलं तरी 'प्रेमळ' शब्दाच्या अगदी जवळचा वाटतो.

पचण्यास मदत करणारा पदार्थ तो 'पाचक', वाचन करणारा 'वाचक', नाचणारा तो 'नर्तक', वाजविणारा तो वादक, याच प्रकारचे शब्द तयार करता येतील. 'बोर' करणारा तो 'बोरक', बलाचा वापर करणारा तो 'बलक' असे शब्द तयार करावेत. भाषेमध्ये काही दणदणीत शब्द आहेत. दरोडेखोर, हरामखोर, बेमुर्वतखोर, वगैरे. काही काही माणसं विनयाचं फार फार नाटक करतात. आपल्या आलिशान बंगल्याकडे बोट दाखवून म्हणतात, ''ही माझी गरिबाची पर्णकुटी!'' साजुक तुपातला बदामाचा शिरा देताना म्हणतात, ''हे या गरिबाचे सुदाम्याचे पोहे, गोड मानून घ्या.'' फ्रीजकडे बोट दाखवून म्हणतात, ''गरिबांच्या या माठातलं पाणी चालेल का?'' असला फाजील विनय सतत सुरू असतो. असल्या माणसाला हरामखोर, दरोडेखोर या चालीवर सरळ 'विनयखोर' म्हणावं.

गारांचा पाऊस पडला की, 'गारपीट' शब्द वापरतात. खूप मारामारी, हाणामारी झाली की, 'मारपीट' शब्द वापरतात. याच चालीवर 'भाषणपीट' शब्द वापरावा. कित्येक समारंभांत दहा-दहा, बारा-बारा माणसं एका पाठोपाठ एक भाषणं ठोकत असतात. श्रोत्यांना हा मारा सहन करावा लागतो. अशा वेळी ''काल

सभागृहात पंधरा वक्त्यांनी श्रोत्यांवर सतत साडेचार तास 'भाषणपीट' केली'', असे शीर्षक वर्तमानपत्रात छापलं जावं.

व्याधिग्रस्त, भूकंपग्रस्त, पूरग्रस्त, दुष्काळग्रस्त हे शब्द आपल्या माहितीचे आहेत. 'भाषणपीट' पद्धतीचाच 'भाषणग्रस्त' हा शब्दही वापरावा. बोअर करणारी अर्धा डझन, पाऊण डझन भाषणं ऐकल्यावर श्रोते नक्की भाषणग्रस्त होतात. (इतके की, कुणीतरी चतुर माणूस 'भाषणग्रस्त-निधी' सुद्धा गोळा करायला लागेल.)

संगीतातली जुगलबंदी आपण ऐकतो. तबला आणि व्हायोलिन, व्हायोलिन आणि सतार, गिटार आणि तबला वगैरे. याच पद्धतीनं आणखी एक प्रकार करता येईल— 'शिवीबंदी'! शिवीबंदी म्हणजे शिव्या देण्यावर बंदी नसून, उभयपक्षी शिव्यांचा वर्षाव करणं, असा अर्थ आहे. 'अ'नं 'भ'च्या बाराखडीतली शिवी दिली की, 'ब'नं तोडीस तोड नऊ नंबरच्या बाराखडीतली शिवी देणं. मग 'अ' प्राणिसंयोग घडवून आणील, तर 'ब' 'अ'च्या मातृदेवतेलाच शिवीत पाचारण करील. प्रत्येक शिवी तोडीस तोड. हार कुणीच जात नाही. 'अ' आणि 'ब' यांचा शिव्यांचा रियाज रोज चालू असतो. म्हणून तर जुगलबंदीसारखी शिवीबंदी यशस्वीरीत्या सादर करू शकतात. या दोघांचं आणखी एक वैशिष्ट्य आहे. कोणत्याही शिवीचा पुनरुच्चार नाही, प्रत्येक वेळी कोरी करकरीत नवी शिवी. नवनवीन शब्द निर्माण केले गेले, तर भाषा समृद्ध होते. त्यासाठी हा खारीचा वाटा.

■

२०)
या रोगांनो, शरीर आपलंच आहे!

स्वातंत्र्योत्तरकाळापासून आजपर्यंतच्या सुमारे पन्नास वर्षांच्या काळात, 'सर्व धर्म समभाव' या पायघोळ भोंगळ शब्दाला उगीचच एकटं-एकटं वाटत होतं. बाकीचे सगळे बाजारभाव, भक्तिभाव, प्रेमभाव, अगदीच काही नाही तरी हावभावसुद्धा आहेत; परंतु हे सर्व शब्द सर्व धर्म समभावाप्रमाणे अघळपघळ नाहीत. या शब्दाचं एकटेपण संपलं आहे. सर्व धर्म समभावाचा सख्खा भाऊ शोभेल, 'असा' सर्व रोग समभाव' आता जन्माला आला आहे. सर्व रोग मला झाले आहेत, असा ममभाव म्हणजेच सर्व रोग समभाव. याचीच ही कथा आहे.

दादासाहेब नवलाखे हे आपलं आडनाव वीस-पंचवीसपट सार्थ करणारे श्रीमंत गृहस्थ आहेत. त्यांच्याकडचे पैसे एकसारखे वाढतच असतात. अतिशय नामांकित अशी आर्थिक परिस्थिती आहे. उद्योगपती, कारखानदार, वगैरे काहीही नसूनसुद्धा एका मराठी माणसानं कोट्यधीश व्हावं, म्हणजे टू मच झालं. मराठी संस्कृतीच्या दृष्टीनं ही गोष्ट परंपरा मोडणारी आहे. मराठी माणसानं कसं आटोपशीर मध्यमवर्गीय असावं. सुख मोजताना, 'देवाच्या कृपेनं छान चाललं आहे; मी दररोज केळ्याचं शिकरण करून खाल्लं तरी मला का खाल्लंस म्हणून विचारणार नाही.' केळ्याचं शिकरण हा आमचा श्रीमंती मोजण्याचा मानदंड. वास्तविक पाहता, नको असलेला पाहुणा कटवण्यासाठी जेवायला आयत्या वेळी चार केळी कुस्करून करायचा पदार्थ म्हणजे शिकरण. पण या तोकड्या मानदंडानं आपण श्रीमंती

(नसलेली) मोजतो.

दादासाहेब नवलाखे याला अपवाद आहेत. ते आज दोन कोटी रुपयांचे धनी आहेत. मराठी असूनही वैयक्तिक पातळीवर हे इतकं गडगंज श्रीमंत होणं, हे दादासाहेबांना शोभत नाही. पैसे मिळवा हो; पण आपण दोन कोटी रुपयांचे मालक असावं, ही कल्पना मात्र निषेधार्ह आहे. बऱ्यापैकी गरीब असावं, फार तर सुखवस्तू मध्यमवर्गीय असावं. मराठी समाजात भल्या-भल्यांची नावंसुद्धा दगडू, धोंडोपंत, भिकाजी वगैरे असतात; आणि आडनावं बुवा, बैरागी, गोसावी, साधू, संत, अणे (आणे?), पै, आळशी, फडके (संपूर्ण वस्त्र नाही, नुसतं फडके) आपटे, शेवाळे असतात. यातलं एक तरी आडनाव श्रीमंत आहे का? अशा या मराठी समाजामध्ये दादासाहेब नवलाखे कोट्यधीश असावेत, हे चमत्कारिकच आहे. ते कोट्यधीश आहेत, त्याला आपलाही नाइलाज आहे. दोन मुलांनंतर कुटुंबनियोजन करावं त्याप्रमाणे त्यांनी पाच लाखांनंतर संपत्तिनियोजन करायला पाहिजे होतं. असो. आपण असो असं म्हणण्याशिवाय दुसरं तरी काय करणार? म्हणून आणखी एकदा असो.

दादासाहेब नवलाखे यांचा संसार सुखाचा आहे. त्यांच्या श्रीमंतीला साजेलशी (म्हणजे अतिविशाल) पत्नी आहे. एक मुलगा, एक मुलगी आहे. दोघांचीही लग्नं झाली आहेत. मुलगी सुस्थळी पडली आहे. सूनसुद्धा ह्या सुस्थळीच पडली आहे. सगळं कसं छान-छान चाललं आहे. साजुक तुपात केशर, बदाम घालून केलेला शिरा ज्याप्रमाणे दिसायलासुद्धा नेत्राकर्षक, तुकतुकीत दिसतो; तसं हे कुटुंब दिसत असतं. शिऱ्यातून साजुक तूप निथळावं, तसं त्या सर्वांच्या शरीरांवरून सुख निथळत असतं. सगळं कसं छान-छान चाललं आहे.

अशा छान-छान श्रीमंत कुटुंबात आणखी जे-जे काही होणं आवश्यक असतं, ते-तेही यथाक्रम होत आहे. हल्ली दादासाहेब नवलाखे यांचं मूळचंच रुंद असलेलं कपाळ (श्रीमंतीचा ललाट लेख लिहायला कपाळ एवढं रुंद पाहिजेच) हळूहळू डोक्याच्या दिशेनं विस्तारवादी होत चाललं आहे. या विस्ताराचा बाळबोध अर्थ, दादासाहेबांना सुरेख टक्कल पडू लागलं आहे. त्यामुळे दादासाहेबांची श्रीमंती अधिकच खुलून दिसते. टकला-टकलांतही फरक असतो. गरीब माणसाचं टक्कल ऑर्डिनरी असतं, परंतु दादासाहेबांच्या गौरवर्णी डोक्यावरचं टक्कल तेज:पुंज दिसते. कोणत्याही प्रकाशात ते तेज:पुंज टक्कल चमचम चमकतं. बोलून-चालून कोट्यधीशाचं टक्कल! एवढं अप्रतिम असणारच. या टकलामुळे दादासाहेबांना एक आगळंच, सुरेख व्यक्तिमत्त्व प्राप्त झालं आहे. या टकलामुळे दादासाहेबांची श्रीमंती अधिक खुलून दिसते. टक्कल असलेला माणूस क्वचित निर्धन असतो.

या रोगांनो, शरीर आपलंच आहे! / १२९

(शास्त्राधार : 'खल्वाटो निर्धन: क्वचित्')

हे झालं दादासाहेबांविषयी. आता आपण सौ. नवलाखे यांच्याकडे वळू या. (टीप : वळून (किंवा वळून-वळून) वळून पाहण्याइतकं खास नाही. पण आपल्याला त्यांच्या संदर्भात वळणं भाग आहे. मिसेस नवलाखे डाएटवर राहण्याचा संकल्प सोडत आहेत. एवढी गडगंज श्रीमंती असताना डाएटवर राहायचं नाही म्हणजे कसं तरी वाटतं. श्रीमंत स्त्री म्हटलं की, तिनं डाएटवर राहिलं पाहिजे. 'सध्या मी डाएटवर आहे', हे वाक्य महिला मंडळात पुन:पुन्हा सांगताना मिसेस नवलाखे यांच्या हृदयाला अप्रतिम प्रतीच्या गुदगुल्या होतात. विद्या विनयानं शोभून दिसावी त्याप्रमाणे श्रीमंत स्त्री डाएटिंगमुळे शोभून दिसते. डाएटिंगमुळे त्यांच्या मुखमंडलावर एक आगळंच तेज दिसत असतं.

टक्कल आणि डाएटिंग यामध्ये आणखी एका गोड गोष्टीची भर पडली. गोड म्हणजे काय? अक्षरश: गोड. फॅमिली डॉक्टरांनी दादासाहेबांना चित्तवृत्ती उल्हसित करणारी एक आनंदाची बातमी सांगितली, डॉक्टर म्हणाले, ''दादासाहेब, व्हेरी गुड न्यूज फॉर यू! तुम्हाला डायबेटिस झाला आहे. काँग्रॅच्युलेशन्स! तुमच्यासारख्या गर्भश्रीमंत माणसाला खरं म्हणजे मागेच डायबेटिस व्हायला पाहिजे होता. ठीक आहे. लेट इज बेटर दॅन नेव्हर!'' आपल्याला डायबेटिस झाला आहे, हे ऐकल्यावर दादासाहेबांचे दोन्ही कान काहींच्या काही सुखावले. डायबेटिस लवकर व्हावा म्हणून मी मनातून तळमळत तळमळत होतो. शेवटी देव पावला. डायबेटिस झाला. एवढी मोठी श्रीमंती असून डायबेटिस झालेला नसावा, ही खंत; एवढी मोठी संपत्ती असून अजून मूलबाळ झालं नाही, या खंतीच्या तोलामोलाची खंत होती. एवढी वरच्या दर्जाची खंत वाटणं अगदी साहजिक आहे.

डायबेटिसनं, आपल्या शरीरान्तर्गत व्याधींना शुभारंभ केला याचा दादासाहेबांना विशेष आनंद वाटला. हा त्यांना शुभशकुनच वाटला. व्याधीच्या शुभारंभीच गळू झालं असतं किंवा मूळव्याध झाली असती, तर दादासाहेबांचा फार विरस झाला असता. डायबेटिसचा शुभारंभ हा त्यांच्या श्रीमंतीला साजेसा होता. डायबेटिसमुळे आपल्या गडगंज श्रीमंतीचं सार्थक झाल्यासारखं वाटलं. याशिवाय स्वतंत्ररीत्या धन्य-धन्य झाल्यासारखं वाटलं, ते निराळंच. इन्शुलिनच्या कमतरतेमुळे डायबेटिस उद्भवतो, हे अत्युत्तम ज्ञान दादासाहेबांना झालं. त्यामुळे आपल्याला दररोज इन्शुलिनचं इंजेक्शन घ्यावं लागणार, याचा तर त्यांना नामांकित आनंद झाला. मित्रांना पार्टी देऊन, आपल्याला डायबेटिस झाल्याची शुभवार्ता सांगितल्यावर सर्व मित्रांनी दादासाहेबांचं मन:पूर्वक अभिनंदन केलं आणि त्यांच्या डायबेटिसला शुभेच्छा दिल्या. सर्व मित्रांना खूप-खूप आनंद वाटला. डायबेटिस हा केवळ शुभारंभ आहे;

यापुढं उत्तरोत्तर तुम्हाला बी.पी., ॲसिडिटी, माइल्ड हार्ट ॲटॅक, वगैरेंचा सहवास यथाशक्य लवकर लाभो, अशा मन:कामनाही सर्व मित्रांनी व्यक्त केल्या. या मन:कामनांबद्दल दादासाहेब नवलाखे यांनी आपल्या सर्व मित्रांचे कृतज्ञतापूर्वक आभार मानले. या मन:कामनांमुळे दादासाहेबांना केवढा मोठा दिलासा मिळाला.

आपण एवढे श्रीमंत आहोत की, केवळ आपल्यासाठी आपण एक डॉक्टर नियुक्त करू शकतो, असं दादासाहेबांना वाटू लागलं. हळूहळू निरनिराळ्या व्याधी आपल्या शरीरात मुक्कामाला येतील, म्हणून एक डॉक्टर पाहिजेच. डॉक्टर शहाणे हे तसे त्यांचे फॅमिली डॉक्टर आहेतच. त्यांनाच हे काम देण्यात आलं. डायबेटिस तर सुरू झाला; आता आपल्याला एकेक व्याधी होत राहणं अत्यावश्यक आहे, असं दादासाहेबांना प्रकर्षानं वाटू लागलं. त्या दृष्टीनं दादासाहेबांनी निरनिराळ्या रोगांची माहिती गोळा करायला सुरुवात केली. त्यासाठी त्यांनी वाचन सुरू केलं. आपण जे-जे वाचलं, ते-ते आपल्याला होत आहे, असा गोड संभ्रम दादासाहेबांना होऊ लागला.

हृदयरोग म्हणजे केवळ हृदयाचाच रोग नसून, त्यांत बऱ्याच गोष्टींचा अंतर्भाव असतो, हे नवीनच ज्ञान त्यांना एका पुस्तकात मिळालं. रक्तवाहिन्यांच्या लहान-मोठ्या विकृतीही त्यात समाविष्ट आहेत वगैरे माहिती वाचल्यावर, आपल्या हृदयाला ॲटॅक येणार की काय, असं उगीचच वाटू लागलं. असं त्यांना वाटण्याचं मुख्य कारण म्हणजे, त्यांनी त्या दिवशी हृदयविकारावरचा लेख वाचला होता. दादासाहेबांना मनोमन वाटलं की, चला, बरं झालं, आता आपल्याला हृदयरोगही होऊ घातला आहे. आपल्या श्रीमंतीचं सार्थक झालं! ही गोड बातमी मिसेस नवलाख्यांना सांगितल्यावर त्या आनंदानं उडीच मारणार होत्या; पण आपल्या अवजड शरीरानं उडी-बिडी मारणं, हे जमणार नाही, हे लक्षात आल्यावर त्या केवळ आनंद व्यक्त करत म्हणाल्या, ''अय्या! खरंच? मज्जा आहे बाई एका माणसाची! टक्कल काय, डायबेटिस काय, हार्ट ॲटॅक काय! चंगळ आहे हं! मी मात्र फक्त डाएटिंगच करते.''

दादासाहेब लगेच डॉक्टर शहाणे यांच्याकडे गेले. आपल्याला काय होतंय, हे डॉक्टरांनी तपासून सांगायच्या आधीच सांगून टाकलं. दादासाहेब डॉक्टरांना म्हणाले, ''डॉक्टर, पैशांबद्दल मुळीच काळजी करू नका. मला हार्ट ॲटॅक आला आहे आणि मला डायबेटिस झाला आहे, हे फ्रॉम हॉर्सेस माऊथ, म्हणतात त्याप्रमाणे तुम्ही तुमच्या तोंडून जाहीर करून टाका, म्हणजे माझ्या डायबेटिसला आणि हार्ट अटॅकला अधिकृतपणा येईल.'' दादासाहेब पुढं म्हणाले, ''डॉक्टर, त्याचं काय आहे, मला नेहमी वरच्या वर्तुळातल्या लोकांत वावरायचं असतं. तिथं

या रोगांनो, शरीर आपलंच आहे! / १३१

आलेले मोठमोठे लोक येताना नेहमी दोन-तीन व्याधी आणि त्यावरच्या पथ्यपाण्याचं कौतुक घेऊनच येत असतात. तिथं आपण उघडे पडू नये, म्हणून मलाही दोन-तीन व्याधी असणं आवश्यकच आहे. हाय सोसायटीत वावरायचं, म्हणजे हे सगळं आलंच. मलाही दोन-तीन व्याधी असल्या म्हणजे मीही तिथं ताठ मानेनं वावरू शकेन.''

दादासाहेबांनी जे काही सांगितलं, ते डॉक्टर शहाणे यांनी शांतपणे ऐकून घेतलं. सामाजिक प्रतिष्ठेसाठी दादासाहेब नवलाखे यांना किमान दोन व्याधी तरी असणं आवश्यक आहे, हा मुद्दा डॉक्टरांना पटला. ते दादासाहेबांना म्हणाले, ''तुमचं म्हणणं मला पटलं. तुम्ही आत चला. मी तुम्हाला थोडंसं तपासल्यासारखं करतो, नंतर लगेच औषध देतो.'' डॉक्टरांनी त्याप्रमाणे औषधंही दिली. ही औषधं इंग्लंडमधून आणलेली आहेत, एकूण किंमत तीन हजार पाचशे रुपये असल्याचं डॉक्टरांनी सांगितलं. दादासाहेबांनी रोख तीन हजार पाचशे रुपये दिले.

दादासाहेबांनी एके ठिकाणी वाचलं, ''जंतू हे फार भयंकर प्रकरण आहे. लुई पाश्चर (१८२२-१८९५) या फ्रेंच शास्त्रज्ञानं रोगाचं मूळ जंतू हे आहे, हा शोध लावल्यामुळे जंतूंचं भारीच फावलं आहे. (जंतूंना कुटुंबनियोजन अजिबात मान्य नाही.) आपल्याला बरे दिवस झाले आहेत, मानवी जीवनात आपल्यालाही महत्त्वाचं स्थान आहे, यामुळे सुखावून गेलेल्या नाना प्रकारच्या जंतूंचं जननप्रमाण झपाट्यानं वाढलं. वाढलं कसलं, चक्क मुद्दाम वाढवलं. आपल्या शरीरात अनाहूतपणे घुसलेला केवळ एक जंतू अवघ्या दोन दिवसांमध्ये लक्षावधी जंतू निर्माण करू शकतो. त्यातल्या अतिसूक्ष्म जंतूचं नाव, 'रिकट्सिया' आणि 'व्हायरस' आहे. हे इतके सूक्ष्म असतात की, ते पाहण्याकरिता खास परमाणू सूक्ष्मदर्शक (इलेक्ट्रॉनिक मायक्रोस्कोप) याचंच साह्य घ्यावं लागतं. या यंत्रातून जंतू त्याच्या मूळच्या आकारापेक्षा तीस हजारपट मोठा दिसतो.'' हे अफाट ज्ञान वाचून झाल्यावर दादासाहेब मनात म्हणाले, 'जंतू मुबलक मिळाले; पण रोगाचं काय?'

सुदैवानं पाठोपाठ ती माहितीही दादासाहेबांना मिळाली. त्यामुळे एकापाठोपाठ एक एकदम सात-आठ रोग झाल्याचं त्यांना जाणवू लागलं. ''डॉक्टर, मी आता एकदम सात-आठ रोगांनी पछाडलो आहे. कितीही खर्च येऊ द्या; मला त्यांतून लवकर बरा करा.''

''तुम्हाला कोणकोणते रोग झाले आहेत, ते तरी आधी सांगा; मग औषधं देतो.'' डॉक्टर म्हणाले, ''सांगतो.'' दादासाहेब म्हणाले, ''मी दरारोज अन्न खातो आणि पाणी पितो. पण त्यातून लाखो जंतू माझ्या पोटात गेले याचा मला पत्ताच नव्हता. लुई पाश्चरनं जंतूंचा शोध लावला, त्यामुळे मी पटकी आणि विषमज्वरानं

आजारी आहे, हे मला कळालं. मी रोज श्वासोच्छ्वास घेतो. त्याद्वारे गेलेल्या जंतूंमूळे मला घटसर्प आणि क्षय झाला आहे, हे तरी मला कुठं कळालं होतं? मला रोज डास चावतात. त्यांच्यामार्फत मला मलेरिया होतो. पिसवांमुळे मला थोडासा प्लेगसुद्धा झाल्यासारखं वाटतं. एक-दोन दिवसांत माझ्या काखेत एक छोटीशी गाठसुद्धा येईल. त्या वेळी पू उत्पन्न करणारे जंतूही माझ्या शरीरात प्रवेश करतील. डॉक्टर, मला एकाच वेळी इतके रोग झाले आहेत. काही तरी उपाय ताबडतोब करा.''

डॉ. शहाणे म्हणालो, ''दादासाहेब, तुमची कमाल आहे हं! तुम्ही एकाच वेळी आठ-आठ रोग अंगावर लीलेनं पेलू शकता. तुमच्या जागी दुसरा एखादा कुणी कनिष्ठ मध्यमवर्गीय किंवा गरीब माणूस असता, तर त्याला साधा फ्ल्यूसुद्धा सहन करता आला नसता. परंतु तुमच्याकडे गडगंज पैसे असल्यामुळे तुम्ही मात्र धैर्यानं सर्व रोगांना तोंड देऊ शकता. मी तुम्हाला काही औषधं देणार आहे. सगळी औषधं इंपोर्टेड असून त्या सर्वांची किंमत साधारण वीस हजार रुपये आहे.''

''फक्त वीस हजारच? लगेच देतो.'' दादासाहेब म्हणाले. नंतर डॉक्टर शहाणे यांनी दादासाहेबांना निरनिराळ्या रोगांवर निरनिरळ्या प्रकारची चोवीस औषधं दिली. सुमारे एक महिना ही औषधं सुरू होती. आपण आता हळूहळू विषमज्वर, मलेरिया, प्लेग, घटसर्प, क्षय इत्यादी सर्व रोगांतून मुक्त झालो आहोत, असं दादासाहेबांना दिसून आलं. नवीन आणखी काही रोग सुरू होण्यापूर्वी आधीच्या एखाद्या रोगाचा बॅकलॉग भरुन काढायचं राहिलं नाही ना, याची खात्री करून घेतली. आपण अफाट श्रीमंत असल्यामुळे डायबेटिस आपला जन्माचा सोबती म्हणूनच राहणार आहे, म्हणून प्रथम लघुशंका तपासण्यासाठी बेनेडिक्ट सोल्युशन तर नेहमी हाताशी ठेवतात. याशिवाय इन्श्युलिनची इंजेक्शन्सही नेहमी तयार ठेवतात.

दादासाहेब एकदा असेच बसले होते. तेव्हा त्यांच्या असं लक्षात आलं की, गेला संपूर्ण आठवडाभर, आपण कशानंही आजारी पडलो नाही—निदान सर्दी-पडसं तरी? ते मनात म्हणाले,'व्हॉट इस धिस?' ('काय हे'चं इंग्लिश भाषांतर) आता कशानं आजारी पडावं याचा विचार करत असताना त्यांच्या वाचनात एक लेख आला. तो लेख पचनसंस्थेबद्दलचा होता. पचनसंस्थेवरचा तो लेख वाचून दादासाहेबांना खूप आनंद वाटला. अनेक रोगांचा खजिनाच त्यांना मिळाला. पोटात दुखणं, भूक कमी होणं, मलावरोध, अतिसार, पोटात वात धरणं, गिळण्यास त्रास होणं, वांतीत रक्त पडणं, रक्तमिश्रित शौचालय होणं, कावीळ, ओकाऱ्या होणं, वजन कमी होणं, एकदम 'टेन-इन-वन!' एका पचनसंस्थेमुळे दहा रोग

या रोगांनो, शरीर आपलंच आहे! / १३३

होऊ शकतात किंवा दहा व्यथा निर्माण होऊ शकतात, तर मग आपण या दहा जणांशी मुकाबला करायला तयार झालंच पाहिजे, असं दादासाहेबांनी ठरवलं. तडक डॉक्टरांकडे गेले. "पचनसंस्थेत बिघाड झाल्यामुळे मला दहा प्रकारच्या व्याधी सुरू झाल्या आहेत. त्या अशा —" असं म्हणून ती यादी तोंडपाठ म्हणून दाखवली. डॉ. शहाणे यांनी दादासाहेबांना काळजीपूर्वक तपासलं. (पर्यायी खरं वाक्य—तपासण्याचं नाटक बराच वेळ केलं.) त्यांना लिंबू, पिकलेला आंबा वगैरे दाखवून त्याचे रंग विचारले. "डॉक्टर, मला या दोन्ही वस्तू पिवळ्या दिसतात. मला नक्की कावीळ झाली आहे." डॉक्टरांनी लगेच 'होय' म्हटलं. श्रीमंत पेशंट! उगीच मतभेद कशाला? डॉक्टर शहाणे यांनी, महिनाभर पुरतील एवढी चाळीस हजार रुपयांची औषधं दिली. सगळी औषधं इंपोर्टेड. श्रीमंत लोकांचे रोग देशी औषधांनी बरे होत नसतात. त्यांना इंपोर्टेड औषधंच लागू पडतात. त्यातली दोन औषधं सध्या इंग्लंडचे पंतप्रधान जॉन मेजर आणि अमेरिकेचे राष्ट्राध्यक्ष क्लिंटन घेतात, असे डॉक्टरांनी सांगितल्यावर दादासाहेबांना ब्रह्मानंद-ब्रह्मानंद म्हणतात ना, तसला आनंद झाला.

एक महिनाभर चाळीस हजार रुपयांची भारी-भारी औषधे घेतल्यावर दादासाहेबांची पचनसंस्था झकास काम करू लागली. आपण कशानं तरी सतत आजारी आहोत आणि आपण सतत औषधं घेत आहोत, याचंच दादासाहेबांना भारी कौतुक वाटतं. "सध्या डॉक्टरांची ट्रीटमेंट सुरू आहे", हे वाक्य बोलताना तर त्यांच्या जिभेला आल्हाददायक गुदगुल्या होतात. दादासाहेब जे-जे रोग वाचतात ते-ते रोग त्यांना होतात. ते पुरुष असल्यामुळे त्यांना अजूनपर्यंत फक्त एकच रोग झाला नाही. त्या रोगाचं नाव बाळंतरोग असं आहे. आतापर्यंत दादासाहेबांनी डॉ. शहाणे यांना चक्क दोन लाख रुपये दिले आहेत. आता उपसंहार :

डॉ. शहाणे 'जनता स्वास्थ केंद्रा'चे मानद अध्यक्ष आहेत. गरिबांना नाममात्र पैशांत किंवा कधी कधी विनामूल्य औषधापचार करणारी ही संस्था आहे. मेडिकल क्लबचे सर्व डॉक्टर्स ही संस्था चालवतात. हे केंद्र फक्त गरिबांसाठीच आहे. या स्वास्थ केंद्राच्या एका समारंभाला डॉ. शहाणे यांनी दादासाहेब नवलाखे यांना प्रमुख पाहुणे म्हणून बोलावलं होतं. हॉल गच्च भरला होता. प्रास्ताविक भाषणात डॉ. शहाणे म्हणाले, "आपल्या जनता स्वास्थ केंद्राला आजचे प्रमुख पाहुणे माननीय श्री. दादासाहेब नवलाखे यांनी दोन लाख रुपयांची देणगी दिली आहे. त्या देणगीची अधिकृत पावती मी मा. दादासाहेब नवलाखे यांना तुम्हा सर्वांसमक्ष देत आहे. दोन लाख रुपयांची भरघोस देणगी दिल्याबद्दल मी व्यक्तिशः माझ्यातर्फे आणि संस्थेच्यातर्फे कृतज्ञतापूर्वक आभार मानतो."

हे सर्व ऐकताना दादासाहेबांच्या चेहरा पाहण्यासारखा झाला. इतक्या मोठ्या रक्कमेची पावती सर्वांच्या साक्षीनं डॉ. शहाणे यांनी जाहीररीत्या दिल्यावर दादासाहेब मनातून अतिशय भडकले. निमंत्रण स्वीकारून आपण झक् मारली, असं दादासाहेबांना झालं होतं. दादासाहेबांची गोची झाली होती. प्रतिष्ठेसाठी दोन लाख रुपये देणं भागच होतं.

समारंभ संपल्यावर दादासाहेबांनी झपाट्यानं डॉक्टर शहाण्यांना गाठलं. चिडून ते डॉक्टरांना म्हणाले, ''मला प्रमुख पाहुणे म्हणून बोलावून चांगलं तोंडघशी पाडलंत. दोन लाख रुपयांचा फटका बसला आहे. झक् मारत देणं भाग आहे.''

''एक पैसाही देऊ नका.'' डॉक्टर म्हणाले, ''मला तुमच्याकडून दोन लाख रुपये आधीच मिळाले आहेत. त्याची पावतीही मी तुम्हाला जाहीरपणे दिली आहे.''

''मी तुम्हाला दोन लाख रुपये कधी दिले?'' दादासाहेबांनी विचारलं.

''सांगतो.'' डॉ. शहाणे म्हणाले, ''तुम्हा श्रीमंत मंडळींना काहीही झालेलं नसलं तरी डॉक्टराकडे येता आणि आम्हाला गळ घालून औषधापचार करून घेता. तुम्हाला स्वत:ला काहीही झालं नव्हतं. इंपोर्टेड औषधं म्हणून साबुदाण्याची पावडर, मीठ, मोहरीचं चूर्ण असले पदार्थ मी देत होतो. एक हजार रुपयांचे सांगून तुम्ही औषधाच्या बिलापोटी आतापर्यंत मला दोन लाख रुपये दिले आहेत. ते सर्व पैसे मी वेळावेळी आमच्या स्वास्थ केंद्राच्या खात्यात जमा केले आहेत. तुम्ही श्रीमंत माणसं तुमच्या खोट्या आजारापायी हजारो रुपये खर्च करता आणि तिकडे गोरगरिबांना, ते खरोखर भयंकर आजारी पडले तरी पैशाअभावी औषधोपचार करू शकत नाहीत. म्हणून सामाजिक बांधिलकी या नात्यानं मी मुद्दामच तुम्हाला मोठ-मोठ्या रकमा बिलापोटी सांगत होतो. त्याऐवजी मी जर दोन लाखांची देणगी मागितली असती, तर तुम्ही दोनशे रुपये द्यायलाही कुरकूर केली असती. सत्कार्यासाठी तुम्हाला फसवत होतो, याबद्दल मी तुमची क्षमा मागतो. तुमच्या दोन लाखांच्या 'देणगी'बद्दल केंद्राचा अध्यक्ष या नात्यानं मन:पूर्वक आभार मानतो.''